என்னுயிர்
துணையே

கௌரி முத்துகிருஷ்ணன்

பொருளடக்கம்

முன்னுரை

முன்னுரை

வணக்கம்,

என்னுயிர் துணையே.. எப்போதும் போல அன்பை கதைக்கருவாக கொண்ட காதல் கதை. அன்பும் காதலும் கதைக்குள் வலம் வர, ஒதுக்கம் என்ற வலி அழுத்தம் தர ஒரு உணர்வு பயணம் இந்த கதை.

பொறுப்பு துறுப்பு

“ இக்கதையில் வரும் சம்பவங்களும், பெயர்களும், கதாபாத்திரங்களும் அனைத்தும் கற்பனையே, இதில் வரும் எந்த கதாபாத்திரமும் கதை அமைப்பும் எவரையும் தனிப்பட்டு முறையில் புண்படுத்தும் நோக்கத்தோடு எழுதவில்லை என்று கூறிக் கொள்கிறேன். மீறியும் உங்கள் மனதில் சந்தேகம் எழுமானால் அதற்கு நான் பொறுப்பு அல்ல. "

அன்பு அனைத்தும் செய்யும்.

நன்றி,
கௌரி முத்துகிருஷ்ணன்.

1

லண்டன், இங்கிலாந்து.

கிளவுட் லைன்ஸ் அலுவலக கட்டிடம், மடிக்கணினி முன் அமர்ந்து இருந்தவன் இடம் வலமாக தலையை பெரியதாய் அசைத்து இது சரியில்லை என மனதில் சொல்லிக்கொண்டான் உடன் ஒரு பெருமூச்சும் வந்தது ஏன் என்றால் வந்திருக்கும் செய்தியும், அந்த செய்தியை அனுப்பியவரையும் அவனால் எளிதாக கடந்து செல்ல இயலாதே மின்னஞ்சலை ஒதுக்கி விட்டு இரு நொடி கண்மூடி அமர, அவன் மனம் முன்னெச்சரிக்கையாக கேட்ட கேள்விகளுக்கு எல்லாம் விடையாக வந்து நின்றாள் அவள். உடனே எழுந்து நடந்தான் அவளை நோக்கி, அவன் அறைவிட்டு வெளியே வந்து நடக்க, அவனை கண்ட அனைவரும் மதிய வணக்கம் சொல்ல, சிரித்த முகத்துடன் தலை அசைத்து வணக்கம் கூறினான் சத்யப்பிராகாஷ்.

அனுமதி கூட கேட்காது அவளின் அறைக்குள் நுழைய அத்தனை உரிமையும் உண்டு இவனுக்கு, அறைக்குள் சென்றவன் அவள் முன்னே புன்னகையுடன் அமர, கணினியை விட்டு அவன் முகத்தை ஒரு முறை பார்த்துவிட்டு மீண்டும் அவள் கவனத்தை கணினியில் பதிக்க,

" ஹனி மா.. எனக்கு ஒரு உதவி வேணும். மாட்டேன் சொல்லாம நீ செய்வியாம்.. "

" என்ன செய்யனும் என் பேபிக்கு? " கணினியில் முகம் பதித்து கொண்டே கேட்டாள் அனுஹாசினி.

" ரெண்டு மாசம் எனக்கு பொண்டாட்டியா நடிக்கனும் சுவீட்டி அவ்ளோ தான். "

" என்ன சோட்டு..? நான் என்ன நாடக சபாவா நடத்துறேன்? நடிக்க வான்னு கூலா சொல்ற? "

" பிளீஸ் டா அம்மு.. உன்னை விட்டா எனக்கு யார் இருக்காங்க சொல்லு, உனக்கு இதுல எந்த பிரச்சனையும் வராது. உன் வேலையையும் சேர்த்து நானே செய்யுறேன் வாடி சக்கரைக்கட்டி என்னோட.. "

" உன்னோட எங்க வரணும் தங்கம் அதை சொல்லு.. "

" இந்தியா.. எங்க ஊரு பொள்ளாச்சிக்கு.. "

" கிழிச்சுது.. உனக்கு தெரியும் இல்ல பட்டு என் நிலைமை.?? தமிழ்நாடு நமக்கு வேண்டாமே.."

" உனக்கு மட்டும் தெரியாத என்னை? நானே போகனும் சொல்றேன் ஏன்னு யோசிக்க மாட்டியா? அப்பா கூப்பிட்டு இருக்கார். போகனும்.. சொத்து பிரிக்க முடிவு பண்ணி இருக்காங்க.. அதுக்காக.. அங்க போய் என் சோகப்பக்கத்தை எல்லாம் காட்டி சீன் போட்டு எல்லாரையும் அழ வைக்க நான் தயாரா இல்ல லட்டு அதான்.. "

" ஓகே டா குட்டி பையா.. போலாம்.. சரி இலம்பா சொத்து வர போகுதே என்ன செய்ய போற? "

" பிரைட் சிக்கன் தின்னு சொத்து அழிக்க போறேன்.." சத்யா கண் சிமிட்டி சொல்ல, அனு அவன் தோளில் செல்லமாக அடித்து இருந்தாள்.

சத்யப்பிரகாஷ் சுருக்கமாய் சத்யா, அலுவலகத்தில் மட்டும் சக்தி. வயது முப்பது. கட்டிட கலைஞன். லண்டனில் வேலையும், குடி உரிமையும், சொந்த வீடும் இருக்கிறது.

அனுஹாசினி, வயது இருபத்தி ஒன்பது. சக்தி போலவே கட்டிட கலையில் வேலை, சொந்தமாக ஒரு அபார்ட்மெண்ட், உடன் இங்கிலாந்து குடி உரிமையும் இவளிடம் இருக்கிறது.

சத்யா உடன் வேலையில் இருக்கும் ஒரே தோழி. இந்தியா, தமிழ் என்பதோடு

இன்னும் ஒரு ஒற்றுமையும் இருவரையும் இணைத்திருக்க, வேலையில் சேர்ந்த இந்த எட்டு வருடங்களில் நெருங்கிய நண்பர்களாக மாறி இருந்தனர். அனு பற்றி சத்யா அறியாதது ஒன்றுமே கிடையாது. ஆனால் சத்யா நிறைய பக்கங்களை மறைத்து, கொஞ்சம் குறிப்பு மட்டும் கூறி இருக்கிறான். அவனிடம் எதையும் வற்புறுத்தி வாங்க மனமில்லாத அனு விட்டு விட, அந்த புரிதலே இருவரின் இடையில் நட்பை ஆழமானதாக மாற்றி இருந்தது.

அலுவலகத்தில் ஒரு நாள் உடன் வேலைப்பார்க்கும் ஒருவன் இருவரையும் காதலர்களா என்று கேட்டு விட, இருவரும் வாய்விட்டு சிரித்து இருந்தனர். அன்றில் இருந்து இருவரும் காதலர்கள் போல ஒருவரை ஒருவர் கொஞ்சி பேசி கொள்வது வழக்கமாகி போய் இருந்தது. இருவருக்கும் பிடித்த உணவு பிரைட் சிக்கன். வாரம் ஒரு முறை சிக்கனையும், பாம்பே ஹோட்டல் சென்று இந்திய உணவையும் ருசித்து உண்டு விட்டு வருவார்கள்.

சத்யாவுக்கு எந்த மனகுறை என்றாலும் அவன் தேடி செல்வது அனுவை தான். அவளுக்கு எது வந்தாலும் அவனோடு உடன் இருப்பவன் சத்யா தான். நட்பு ஆம், கண்ணியமான நட்பு, வரம்பு மீறாத நட்பு. அனு கடந்த துன்ப பாதைகளில் நண்பனாக உடன் நின்றவன் சத்யா மட்டுமே, அவளின் மீது தனி பாசம் உண்டு அவனுக்கு, அவள் எது கேட்டாலும் செய்து கொடுத்து விடுவான். இவளும் அவன் கேட்கும் உதவிக்கு மறுத்து தலை அசைத்தது இல்லை.

சத்யா வீட்டிற்கு செல்ல, அவன் கதவு திறந்ததும் வந்து கையை மாலையாக்கி கழுத்தில் போட்டு அவனை அணைத்து கொண்டான் அவனின் மகன் வியாஷ். அவன் தான் சத்யப்பிரகாஷின் உடல், பொருள், ஆவி அனைத்தும். மகனுக்காக எதையும் செய்யும் தந்தை இவன். அவன் இதழ்கள் தகப்பனின் கன்னங்களை ஈரம் செய்ய அவன் முகத்தில் புன்னகை விரிந்தது. வியாஷ் நான்கு வயது சுட்டிக்குட்டி, தகப்பனின் சொல் பேச்சுக்கு கட்டுப்பட்ட மகன். அறிவும் அழகும் ஒரு சேர பெற்றவன். சத்யாவின் வாழ்வுக்கு அர்த்தமாய் உள்ளவன்.

" அப்புக்குட்டி இன்னிக்கி என்ன எல்லாம் செஞ்சீங்க? "

" பாபா.. இதோ பாரு.. " மகன் வரைந்த ஓவியம் பார்த்து மகிழ்ந்து அவனுக்கு முத்தம் வைத்தான்.

இருவரையும் கண் நிறைய புன்னகையுடன் பார்த்துக் கொண்டு இருந்தாள் ஜார்-

ஜியா. வியாஷின் கேர் டேக்கர். பிரசவத்தில் இரு முறை குழந்தையை இழந்தவள், இதை காரணம் சொல்லி கணவனும் பிரிந்து விட, தாயாக விரும்பி இந்த வேலையில் விருப்பத்தோடு தன்னை இணைத்து கொண்டாள். அவளை கண்டவன்,

" தாங்க்ஸ் ஜார்ஜியா இனி நான் பார்த்துக்கறேன். எனக்கு எதும் பெருசா வேலை இல்ல இன்னிக்கி, நீ போ.. ஆ.. ஜார்ஜியா நாங்க இந்தியா போக போறோம் கூடிய சீக்கிரம். உனக்கு ரெண்டு மாசம் லீவ் கிடைக்கும். "

" அந்த ரெண்டு மாசமும் என் சம்பளம் சக்தி? "

" அது உனக்கு எப்பவும் போல பேங்கில் வந்துரும். ரெண்டு மாசம் இருக்க மாட்டேன் அதை தான் உனக்கு தெரியப்படுத்தினேன். "

" அப்ப சரி.. நான் கிளம்புறேன் சக்தி. "

தகப்பனும் மகனும் அவளை வழியனுப்பி வைத்து விட்டு, அவர்களின் உலகத்திற்குள் நுழைந்து இருந்தனர். சத்யா குளிக்க செல்ல, மகனும் உடன் வந்து அமர்ந்து கொண்டான். இன்று பள்ளிக்கு சென்றது, ஜார்ஜியா செய்து கொடுத்த கேக், அவன் வரைந்த ஓவியம் என அனைத்திற்கும் கதை சொல்ல, மகனின் கதைகளுக்கு தலையாட்டி, பதில் கூறி, மகனை குளிக்க வைத்து, இவனும் குளித்து, உடை மாற்றி விட்டு, இருவருக்கும் இரவு உணவை தயார் செய்ய ஆரம்பிக்க, மகன் தகப்பனின் முதுகில் வந்து உப்புமூட்டை தொங்க தொடங்கினான். சத்யா கவனத்தை மகனின் மீது வைக்க,

" நம்ம இந்தியா போறோம் சொன்ன தான? அங்க எதுக்கு போறோம் பாபா? " மகனின் கேள்வியில் அப்பனின் முகம் சுருங்கி போய் விட்டது. என்ன பதில் சொல்ல என்று யோசித்தவன், மெல்ல மகனை அவன் கைகளுக்குள் கொண்டு வந்து சிரித்த முகத்துடன்,

" நான் என் பாபாவை பார்க்க போறேன். நீ உன் கிராண்ட் ஃபாதரை பார்க்க போற.. " சத்யா சொன்னதை கேட்ட வாண்டு முகத்தில் சட்டென ஆச்சரியம்.

" உண்மையா? " மகன் கண் விரிந்து புன்னகையுடன் ஆவலாக கேட்க, புன்னகையுடன் ஆம் என்று கூறினான்.

" அங்க உன் தாத்தாக்கு நிறைய சொந்தம் உண்டு. அவங்க எல்லாரையும் பார்க்கலாம் சரியா? " சத்யா சொல்ல,

" அவங்க எல்லாம் நமக்கு சொந்தம் இல்லையா பாபா? "

" இல்ல வியாஷ். உன்னை போல எனக்கும் என் பாபா மட்டும் தான். வேற சொந்தம் நமக்கு இல்ல " சத்யா மகனுக்கு மென்மையாக கூற, சரியென கூறி கன்னத்தில் முத்தம் வைத்தான். மகனின் முத்தம் மனதை அமைதிப்படுத்த இவனும் முத்தத்தை திருப்பி கொடுத்து கார்ட்டூன் போட்டு விட்டு சமைக்க சென்றான்.

வறுத்த கோழி கறி, வேக வைத்த உருளைக்கிழங்கு மசியல், மகனுக்கு என்று முட்டை ஆம்லேட், கொஞ்சம் பட்டாணி மசாலா என சமைத்தவன் உண்ண அனைத்தையும் டேபிளில் அடுக்க, வீட்டின் காலிங் பெல் அடிக்கவும், வியாஷ் துள்ளி குதித்து கதவை திறக்க, வெளியே அனு நின்று இருந்தாள்.

அவனுக்கு பிடித்த கேண்டி பாக்ஸை கைகளில் கொடுக்க, அவளின் கன்னத்தை ஈரமாக்கி இருந்தான். யாஷ் தாய் இல்லா ஏக்கத்தை உணர்ந்ததே இல்லை. தாய் வேண்டும் என்று கேட்டதும் இல்லை. அனு அந்த இடத்தை அவள் உணராமலே நிரப்பி கொண்டு இருந்தாள்.

" யாஷ்குட்டி உன் பாபா இன்னிக்கி என்னடா சமையல் செஞ்சான்? "

" உன் வீட்டுல அடுப்பே பத்த வைக்க மாட்டியா அனு? "

" போடா.. ஒருத்திக்கு என்ன சமைக்கறது சொல்லு? தனியா இருக்கவே வெறுப்பா வருது. "

" ஏன்டா என்னாச்சு..? "

" பழைய ஞாபகம்.. இந்தியான்னு சொன்னதும் பூதம் மாதிரி எல்லாம் கிளம்பி என் மண்டைக்குள்ள எதோ பண்ணுது. இன்னிக்கி இங்க தூங்கட்டுமா? "

" எனக்கு கதை சொல்லு.. கதை சொல்லு.. மீமீ.."

" அப்பு.. சாப்பிட்டு கதை சொல்வா உன் மீமீ.. இப்ப சாப்பிட வாங்க ரெண்டு பேரும்.. "

அமைதியாய் மூவரும் உணவு உண்டு இருக்க, சத்யா சமையல் அறையை சுத்தம் செய்ய, அனு யாஷ் உடன் பல் தேய்த்து, இரவு உடை மாற்றி, கதை சொல்லி உறங்க வைத்து இருந்தாள். சத்யாவை தேடி வரவேற்பு அறை வர, அவன் அன்றைய செய்திகளை தொலைகாட்சியில் பார்த்துக்கொண்டு இருந்தான். அவள் அருகில் அமரவும்,

" உன்னை இங்க வந்து தங்க சொல்லி எவ்ளோ முறை சொல்லி இருக்கேன். இன்னிக்கி எதுக்கு கூக்கரு அனுமதி கேட்டு நின்ன? "

" சரக்கு அடிப்போமா பேபி? "

" வாங்கிட்டு வந்தியாடி ஸ்வீட்டி பை? ஏய்.. அப்புக்குட்டி தூங்கிட்டான் தானே? "

" தூங்கிட்டான் அதான் வந்தேன்.. "

" சரி, ரெண்டு ரீஃப்பில் தான் தருவேன். உனக்கு அதுக்கு மேல தாங்காது கன்ட்ரோல் போய்டும். ஓகே வா? "

" ஓகே பேபிமா.. "

" முன்னாடியே சொல்லி இருந்தா குடிச்சுட்டு சாப்பிட்டு இருக்கலாம்.."

" அப்போ தோணல.. இப்போ வேணும் தோணுச்சு. "

" எதையும் யோசிக்காதடி சீனிகட்டி.. கடந்து போன எதையும்.. எதையும் யாராலும் மாத்த முடியாது.. எது வந்தாலும் தலை நிமிர்ந்து தைரியமா நட சரியா..?

இருவரும் ஒன்றாக அமர்ந்து விஸ்கி அருந்தி கொண்டே படம் பார்த்தனர். இல்லம் வரும் முன் அனுவுக்கு இருந்த குழப்பங்கள், கவலைகள் தீர்ந்து போய் இருக்க, நிம்மதியாய் உறங்க சென்று இருந்தாள்.

2

மூன்று நாட்கள் கடந்து இருந்தது. சத்யாவின் அறைக்குள் தலையை மட்டும் விட்டு எட்டிப் பார்த்தாள் அனுஹாசினி. சத்யா முக்கிய குறிப்பு எடுத்துக்கொண்டு இருந்தான் கணினியை பார்த்து, இவள் மெல்ல வந்து அவன் முன் அமர,

" லீவ் கொடுத்துடாங்க குட்டிமா நமக்கு அதும் உடனே கிடைச்சிருச்சு பாரேன்.! " அனு வியந்து கூற,

" நாலு வருஷமா எதுக்கும் லீவ் எடுக்காதவங்க எடுத்தா கொடுக்காம இருப்பாங்களாடி டெட்டி? "

" ஆனா சத்யா சத்தியமா இந்தியா வர விருப்பமே இல்லடா " அனு தணிந்த குரலில் சொல்ல,

" எனக்கும் தான் விருப்பம் இல்ல. அந்த சொத்து எனக்கு தேவையே இல்ல. ஆனா இப்ப வந்தே ஆகனும் கூப்பிடுறது அப்பா. எட்டு வருஷமா பேசாத என் அப்பா கூப்பிட்டு இருக்கார் அனுமா.. " சத்யா அதற்கு மேல் எதுவும் பேசாது அமைதியாக..

" போலாம்டா பப்பு.. எனக்கு பயம் எல்லாம் என் அப்பாவை பார்க்க கூடாது அதான்.. எனக்கு அவர் முன்னாடி நிக்க கூட தைரியம் இல்ல அதான்.. "

" ஒரு வேளை நீயும் உன் அப்பாவை நீ பார்த்தா?" சத்யா புருவம் உயர்த்தி

கேட்க,

" உன் அப்பாக்கு போட போற இதே நாடகத்தை தான் அவருக்கும் அரங்கேற்றம் பண்ண வேண்டியது தான். நீ தான் என் புருஷன், யாஷ் என் மகன் சொல்லிட்டு அவரை கடந்து வந்துருவேன்.. " அனு சொல்லவும் சத்யா வாய்விட்டு சிரித்து இருந்தான். அவன் சிரிப்பை பார்த்து அனுவும் சிரித்து இருந்தாள்.

" விசா வேலை ஆரம்பிக்கனும். யாஷ் ஸ்கூலில் சொல்லி அவனுக்கு ரெண்டு மாச லீவ் வாங்கனும், கொஞ்சம் ஷாப்பிங் பண்ணனும், வீட்டை ரெண்டு மாசம் விட்டு போறோம் அதுக்கான வேலை வேற பார்க்கனும். ஒரு வாரம் எனக்கு உதவியா என்னோட வீட்டுலயே இருந்துறேன் சுகர் பன்.. " சத்யா கேட்க,

" யாஷ் ஸ்கூலில் நான் பேசறேன், ஷாப்பிங் லிஸ்ட் கொடு அப்புக்குட்டி கூட போய் எனக்கும் பண்ணிட்டு உனக்கும் பண்ணிடுறேன். நீ விசா வேலையும் பேக்கிங் வேலையும் பாருங்க ஹன்ட்சம்.. "

" என் அம்முகுட்டி டி நீ.. தாங்க்ஸ் அ லாட், மதியம் பிரைட் சிக்கன் சாப்பிட போவோம். இப்ப வேலையிருக்கு அதை பார்ப்போம்." சத்யா சொல்ல விடைப்பெற்று கொண்டாள் அனு.

அதன்பின் இருவருக்கும் வேலைகள் வரிசை கட்டி நிற்க, இருவரும் ஒன்றன் பின் ஒன்றாக வேலைகளை முடித்து, விசா சரி பார்த்து என ஒரு மாதம் ஓடி இருந்தது. இரவு ஒன்பது நாற்பத்தி ஐந்துக்கு விமானம். மூவரும் பொறுமையாய் கிளம்பி விமான நிலையம் வந்து, செக் இன் முடித்து, அவரவர் இருக்கையில் அமர்ந்து இருந்தனர். வியாஷ் மட்டுமே பயண களிப்பில் புன்னகையில் மூழ்கி இருந்தான். அவனுக்காக இருவரும் புன்னகையை இதழ்களுக்கு மட்டும் பொறுத்தி கொண்டனர். விமானத்தின் சக்கரம் ஓடுதளத்தில் நகர, இருவரின் உள்ளேயும் படப்படப்பு, விமானம் காற்றில் உயர்ந்து இந்தியா பயணத்தை தொடங்கி நொடி, அனு கண்ணில் கண்ணீர் சேர்ந்து கொண்டது. சத்யா அவளின் கைப்பிடித்து கண்ணாலே ஆறுதல் சொன்னான்.

பதினொரு மணி நேர பயணம் முடித்து இரும்புப்பறவை இந்திய மண்ணை தொட்ட நிமிடம் சத்யா நெஞ்சை அழுத்தி தேய்த்துக் கொண்டான். இருவரும் ஒருவரின் முகம் ஒருவர் பார்த்து மெலிதாய் புன்னகைக்க, உறங்கும் மகனை அள்ளி தோளில் போட்டுக்கொண்டு மெல்ல சென்னை விமான நிலையத்தில் இறங்கினான்

சத்யா. இனி என்றும் இந்த மண்ணை மிதிக்க கூடாது என்ற முடிவோடு தான் அன்று லண்டன் கிளம்பினான். இதோ எட்டு வருடம் கழித்து பாசம் அவனை மீண்டும் இந்த இந்திய மண்ணில் கால் வைக்க செய்து விட்டது.

" எதும் வேணுமா அம்மு? குடிக்க? சாப்பிட? இன்னும் ரெண்டு மணி நேரம் இருக்கு அடுத்த பிளைட் எடுக்க.."

" ரெஸ்ட் ரூம் போகனும் தங்கம். ஃப்ரெஷ் அப் பண்ணிட்டு வரேன். வெயிட் பண்ணு. "

" சரி போய்ட்டு வா.. யாஷ் குட்டி சாப்பிட எதாவது கிடைக்குமா பார்க்கிறேன்.. எனக்கு எதாவது குடிக்கனும் போல இருக்கு.. "

சத்யா மெல்ல நடந்து மகனுக்கு என ஓட்ஸ் அண்ட் சாக்லேட் மாஃபின் இரண்டும், பழச்சாறு கொஞ்சமும் வாங்கி கொண்டான். அதற்குள் அனு வந்துவிட,

" செல்லம், ஆப்பம் சாப்பிடுவோமா? என்ன தான் சொல்லு நம்ம ஊருல இருக்கிற மாதிரி சாப்பாடு வேற எங்கையும் இல்ல. " அனு ரசித்து கூற,

" வேண்டாம் டா குட்டி.. வயிறு எதும் பண்ண போகுது நாளைக்கு வீட்டுக்கு போய் நானே என் கையால செஞ்சு தரேன். "

" பேபி அப்ப கோல்ட் காஃபி குடிப்போமா? "

" டன்.." சத்யா புன்னகையோடு கூற, சில மஃபின் உடன் கோல்ட் காஃபி குடித்து, யாஷ் எழவும் அவனுக்கும் உண்ண கொடுத்தான்.

மூவரும் ஓய்வாக அடுத்த விமான அழைப்புக்கு காத்திருக்க, யாஷ் ஒரு பக்க தோளில் உறங்கி இருக்க, அனு இன்னொரு பக்க தோளில் உறங்கி இருந்தாள். அவளின் முகம் பார்த்தவன் முகத்தில் சட்டென நிறைவாய் ஒரு புன்னகை வந்தது. அவளின் தலையை சரியாய் அவன் தோளில் வைத்து விட்டு, அவனின் அப்புக்குட்டிக்கு தலைவருடி கொடுத்தான். இல்லம் சென்றால் இவன் கேள்விகளுக்கு எல்லாம் எப்படி பதில் சொல்ல போகிறோம் என ஒரு கேள்வி தோன்ற, தன்னால் ஒரு பெருமூச்சு எழுந்தது அவனுக்கு, சத்யா கடந்த பாதைகள் முழுக்க காயமும், ரணமும் தான். மகன் மீது அதன் நிழல் கூட படக்கூடாது என்பதில்

மட்டும் உறுதியாக இருந்தான்.

அடுத்த விமான அழைப்பு வரவும் சென்னையில் இருந்து கோவைக்கு பயணத்தை தொடங்கி இருந்தனர். அதிகாலை இரண்டு மணிக்கு கோவையில் இறங்க, அனு அரை தூக்கத்தில் சத்யாவின் தோளில் சாய்ந்து நடந்து வந்தாள்.

" தங்கம் இன்னும் எவ்ளோ நேரமாகும் வீட்டுக்கு போக? "

" இதோ மா.. பொள்ளாச்சிக்கு கார் பிடிச்சா போதும். நேரா வீட்டுக்கு தான்.. சாரிமா.. "

" என்னடா இது புதுசா.. சாரி எல்லாம் சொல்ற? அதும் உன் பொண்டாட்டி என்கிட்டயே.. " அனு சொல்லவும் சத்யா சட்டென சூழ்நிலை மறந்து சிரிக்க, அனு அவன் முதுகில் செல்லமாய் அடித்தாள்.

" வாலு.. உண்மையாவே நாடக சபா வெச்சு இருக்கிற மாதிரியே நடிக்கிற டி.." இருவரும் சிரித்து கொண்டே வெளியே வர சத்யாவின் சிரிப்பு எதிரில் நின்று இருந்தவரை பார்த்து சட்டென காணாமல் போனது, அனு கேள்வியாக நண்பன் முகம் பார்த்துவிட்டு அவன் பார்த்த அதே திசை பார்க்க, அங்கே நின்று இருந்தார் நந்தா..

நந்தகுமார் சிவபிரகாஷம் வலது கையும் சரி, இடது கையும் சரி இவர் தான், சிவாவின் கண் அசைவுக்கு காரியம் முடித்து வரும் அவரின் உதவியாளர். சிவபிரகாஷம் சத்யாவின் அப்பா. இந்தியா டவர்ஸ் உரிமையாளர், பல ஆயிரம் கோடிகளில் புரளும் சொத்துக்கும் தொழிலுக்கும் சொந்தக்காரர்.

" வணக்கம் தம்பி, அப்பா உங்களை கையோட வீட்டுக்கு கூப்பிட்டு வர சொன்னார். சென்னை வந்த அப்போவே உங்க முன்னாடி வந்து நின்னு இருப்பேன். நீங்க அதுக்குள்ள வேற எதும் காரணம் சொல்லி தவிர்ப்பீங்கன்னு தான் இங்க வந்து நிக்கிறேன். "

" இல்ல மாமா.. நான் வீட்டுக்கு வரல.. அங்க என்னால வர முடியாது. நான் அப்பாவை பார்க்க கண்டிப்பா வருவேன் சொல்லுங்க. "

" உங்களுக்கு அவரை தெரியும் தானே? என்னால அவர் பேச்சை மீற முடியாது.

காருல ஏறுங்க தம்பி.. நீங்க தனியா வருவீங்கன்னு நினைச்சோம். இப்படி மனைவி, பிள்ளையோட குடும்பமா வருவீங்கனு நினைக்கவே இல்ல. பார்க்கவே நிறைவா இருக்கு வாங்க.. "

சத்யா அனுவை சங்கடமாக பார்க்க அவளோ அவனை இழுத்து கொண்டு தள்ளி சென்று நிறுத்தினாள்.

" டேய் கேடி.. இந்தியா டவர்ஸ் வீட்டு வாரிசா டா நீ? ஏன்டா சொல்லல எனக்கு? "

" சில விஷயத்தை யாருக்கு வேணாலும் சொல்ல முடியும். சில விஷயத்தை நெருங்கின ஒருத்தருக்கு கூட சொல்ல முடியாது அனுமா.. பிளீஸ் என்னை புரிஞ்சுக்க.. "

" ஏன்டா முகம் சட்டுன்னு சோர்வா மாறிடுச்சு? என்னாச்சு பேபி..?

" பயமா இருக்கு அனுமா.. கடந்த நாட்கள் கண்ணுக்கு முன்னாடி வருது.. "

" சத்யா.. என்னை பாரு, இதையும் கடந்துருவோம் வா.. நான் இருக்கேன் உன்னோட.. " அனு ஆதரவாக கை பிடிக்க,

மூவரும் காரில் ஏற அமைதியான பயணம் பொள்ளாச்சியில் உள்ள அவர்களின் பூர்வீக ஊரான தேவிபட்டினம் நோக்கி, ஊருக்கு ஒதுக்குபுறமான இடத்தில் இயற்கையின் அழகோடு அமைந்து இருந்த வீடு. வாசலை தெளித்து அழகான பெரிய கோலம் போட்டு இருந்தனர். வியாஷ் இன்னும் சத்யாவின் தோளில் உறங்க, கார் வாசலில் நின்றும் சத்யா இறங்காது அமர்ந்து இருந்தான். அனு காரை விட்டு இறங்கி அவனுக்கு கதவை திறக்க, மெல்ல நடுங்கும் உடலை சமன் செய்து இறங்கி நின்றான். நந்தா மூவரையும் நிற்க சொல்லிவிட்டு உள்ளே சென்று இருந்தார்.

உள்ளே,

" அக்கா.. பெரிய தம்பி குடும்பத்தோட வந்து இருக்காங்க.. வந்து உங்க கையால ஆரத்தி எடுங்க.. "

" ஏன் நந்தா.. அவன் பெரிய மனுஷன் அவனுக்கு என்ன வேணுமோ அதை அவனே செய்துக்குவான். நம்மை விட்டு போனவனுக்கு இதெல்லாம் விஷயமே இல்ல.. "

" இப்ப தான் வந்தாச்சே அக்கா.. இன்னும் என்ன கோவம்? "

" நான் அவன் அப்பாவை எழுப்பி விடுறேன்.. நீங்க அவனை அவன் ரூமுக்கு கூப்பிட்டு போங்க.. "

" சூர்யா தம்பி வீட்டில இல்ல தானே? "

" அவன் சென்னை போய் இருக்கான் நந்தா.. இருந்தாலும் அவனால ஒன்னும் பேச முடியாது கவலையை விடுங்க.. "

நந்தா வீட்டின் உள்ளே அழைக்க, சத்யா அனு கைப்பிடித்து வீட்டின் உள்ளே அழைத்து வந்தான். வீடு நிறைய சாம்பிராணி புகை, பூஜை முடித்து இருந்தனர். சத்யா வீட்டை ஒருமுறை கண்ணால் அளக்க, அவன் கண்ணில் பட்டது அந்த புகைப்படம். சென்ற வருடம் தந்தைக்கு நடந்த அறுபதாம் பிறந்த நாள் விழாவின் குடும்ப புகைப்படம். மெல்ல அருகில் சென்று ஒவ்வொரு முகமாக பார்த்தவன் கண்கள் நின்றது அவளிடம், அனு அவனையே பார்த்துக் கொண்டு இருந்தாள். புதிதாய் இதுவரை இவள் பார்க்காத சத்யப்பிரகாஷை..

" நந்தா அவர் இன்னும் தூக்கத்தில் தான் இருக்கார். முழிச்சதும் அவரை பார்க்-கட்டும். ரூமில் கொண்டு போய் விடுங்க.. "

குரல் வந்த திசைக்கு சத்யா திரும்ப அங்கே கோபத்தோடு நின்று இருந்தார் பாக்-கியஜோதி அவனின் பெரியம்மா. சத்யா அவர் முகத்தை நீண்ட நாளுக்கு பின் பார்க்க, அவரின் கோவம் இவனை தலை குனிய செய்தது. ஆனால் ஜோதியின் கண்கள் மகனை விட்டு அவன் தோளில் உறங்கும் பேரனை தழுவியது. அவன் பக்கத்தில் நின்று இருந்த அனுவுக்கு எதோ ஜந்துவை பார்ப்பது போல ஒரு பார்-வையை கொடுத்து விட்டு நகர்ந்து இருந்தார்.

" தம்பி ரூமுக்கு போலாம் வாங்க.. "

" மாமா என் ரூமுக்கு வழி எனக்கே தெரியும். நான் எதையும், யாரையும்

மறக்கல. கொஞ்சம் ரூமுக்கு பால் கொடுக்க சொல்லுங்க, ஜெட்லாக்கா இருக்கு, தூங்கி எழுந்து அப்பாவை பார்க்கிறேன் சொல்லுங்க. "

" சரி தம்பி.. "

சத்யா அவன் அறைக்கு அவளை அழைத்து வர, அனு அவன் அறையை சுற்றி பார்த்தாள். இரண்டு கட்டில் மெத்தை இருக்க, சத்யாவை பார்த்து ஏன் என்று கேட்க, ஒரு கட்டிலில் மகனை படுக்க வைத்தவன், இன்னொரு கட்டிலில் அவளை அமர சொன்னான்.

" ஒரு கட்டில் எனக்கு, இன்னொன்னு என் அம்மாக்கு, சின்ன வயசில் தனியா தூங்க பயம் எனக்கு, ஒரு வயசுக்கு அப்புறம் பயம் போனாலும் அம்மா கூட பேசிட்டே தூங்க இந்த கட்டிலை இங்கேயே போட்டேன். நான் அந்த கட்டிலில் பேசிட்டே தூங்கிடுவேன். அம்மா இந்த கட்டிலில் சாய்ஞ்சு உக்கார்ந்து கேட்பாங்க. அதுக்கு அப்புறம் என் ப்ரெண்ட் வரும் போது இதில் தூங்குவான். இப்ப நமக்கும் இது வசதி தான். "

" வெளிய பார்த்தவங்க தானே உன் அம்மா? "

" இல்ல.. அவங்க என் பெரியம்மா.. என் அம்மா இப்போ உயிரோட இல்ல அனுமா.. " சத்யா சொல்லவும் அனுவுக்கு ஏன் கேட்டோம் என்றாகி விட

" நிறைய இருக்குடி சுகர் பன் என்னை பத்தி சொல்லவும், தெரிஞ்சிக்கவும், பொறுமையா அதை செய்வோம். இப்போ ஃப்ரெஷாகிட்டு, பால் குடிச்சுட்டு தூங்குவோம். "

சத்யா சொல்ல சொல்லவே கதவு தட்டும் ஓசை கேட்க யார் என எழுந்து பார்க்க சென்றான்.

3

சத்யா கதவு திறக்கவும் உள்ளே வந்தார் கோகிலா. பாலை மேஜை மீது வைத்து விட்டு அவன் முகத்தை தொட்டு பார்த்தார். சத்யா புன்னகை முகமாக நிற்க, ரசனையாய் இருவரையும் பார்த்துக்கொண்டு அமர்ந்து இருந்தாள் அனு.

" எங்க இந்த வீட்டு வாரிசு? நந்தா சொன்னதும் எனக்கு சந்தோசம் தாங்கல தெரியுமா? " கோகிலா முகமெல்லாம் புன்னகையுடன் கூற, சத்யா மகனை அள்ளி அவர் கையில் கொடுக்க அவரோ கண் நிறைந்து போய் பார்த்தார்.

" பையனா..? பொண்ணா..? " கோகிலா கேட்க சத்யா மெலிதாய் புன்னகைக்க, அனு சத்தமாக சிரிக்க,

" உன் பொண்டாட்டியை எனக்கு எல்லாம் அறிமுகம் பண்ண மாட்டியா டா சத்யா? " அவர் ஏக்கமாக கேட்க,

" ஏன் கோகிமா நீங்களே பேசினா நான் என்ன பேச? இதோ என் பொண்டாட்டி அனுஹாசினி, இவன் என் பையன் வியாஷ். அனு இவங்க கோகிமா என் அம்மாக்கு நெருங்கின தோழி, எனக்கு இன்னொரு அம்மா.. " சத்யா சொல்ல, அனு சட்டென அவர் கால்களில் விழ, கோகிலா முகத்தில் நிறைவு.

" இவன் பையனா? ஏன்டா ஆம்பளை பையனுக்கு தலையில இத்தனை முடி? அழகா இருந்தாலும் சட்டுன்னு பையனா பொண்ணான்னு கண்டுபிடிக்க முடியல பாரு அதான் கேட்டேன்.."

" அத்தை இதான் லண்டன் ஸ்டைல். உங்க பேரனுக்கு இதான் பிடிக்கும், முடிஞ்சா நீங்களே பேசி அவனுக்கு முடி வெட்டி விடுங்க. " அனு கூறவும், கோகிலா அவளின் முகம் பார்த்து விட்டு மடியில் இருக்கும் யாஷ் முகம் பார்த்து, தயங்கி தயங்கி கேட்டார்.

" ஏன் சத்யா இவன் யார் ஜாடை? உன் முக அமைப்பும் இல்ல, அனு முக அமைப்பும் இல்ல.. " கோகிலாவின் கேள்வியில் மகனை அவர் கையில் இருந்து மெல்ல வாங்கியவன்,

" அவன் அனு அப்பா மாதிரி கோகிமா.. " சத்யா உறுத்தாது பொய் சொல்ல,

" ஓ.. சரி நீங்க பால் குடிச்சுட்டு படுங்க. நான் பொறுத்து வரேன். " அவர் அறையை விட்டு செல்ல, சத்யா நெஞ்சை தடவி கொடுக்க, அனு அறை கதவை சாற்றி விட்டு, சத்யா அருகில் வந்து அமர்ந்தவள் வாய் விட்டு பெரிதாய் சிரிக்க, சத்யா யாஷை கண்காட்டி மிரட்ட, வாயில் கை வைத்து சிரிப்பை அடக்கி இருந்தாள்.

" எங்க அப்பாவை நேரில் பார்த்தா உன் கோகிமாகிட்ட மாட்டிக்குவ டா மங்கி.. "

" இருக்க போற ரெண்டு மாசத்துக்கு டிஎன்ஏ டெஸ்டா எடுத்து தர முடியும்? பொய் தான்.. தப்பு தான்.. ஆனா எல்லாருக்கும் இது தான் நல்லது. நல்லதுக்காக சொல்ற பொய், பொய் இல்ல.. அதனால தேவைக்கு சொல்வோம். " சத்யா புன்னகை முகமாக சொல்ல,

" சரி பால் குடிக்கிறோம். மட்டையாகுறோம்.. நான் போய் என்னை ஃப்ரெஷ் பண்ணிட்டு வரேன். " அனு முதலில் அறைக்குள் செல்ல, சத்யா மகனுக்கு உடை மாற்றி ஏசியை கூட்டி, கட்டிலை ஒன்றாக இணைத்து போட்டு, கீழே ஒரு மெத்தையை விரித்து போட்டு இருக்க அனு வந்தாள்.

" செல்லம் என்ன கட்டிலை சேர்த்துட்ட? "

" ஏன் அம்மு வேண்டாமா? வீணா இதுக்கும் கேள்வி வரும்.. நீயும் அப்புவும் மேல நான் கீழ, உன்னை எனக்கு தெரியும். என்னை உனக்கு தெரியும். வேற என்ன கவலை? " சத்யா உடையை எடுத்து கொண்டு குளியல் அறை செல்ல,

அனு பாலை குடிக்க தொடங்கி இருந்தாள்.

சத்யாவும் பால் குடித்து மதியம் எழ அலாரம் வைத்து கொண்டு படுக்க, மூவரும் நிம்மதியாய் உறங்கி இருந்தனர். அறையின் வெளியே மொத்த குடும்பமும் அவனுக்காக காத்து இருந்தது. அதுவும் வீட்டுக்கு வந்த இரு மருமகளுக்கும் தன் அக்காவாக வந்து இருப்பவள் யார் எனவும், சத்யா எப்படி இருப்பான் எனவும் அறிந்து கொள்ள அதிக ஆவல். நந்தாவும், கோகிலாவும் அனு பற்றி கூறிய வார்த்தைகள் சிவாவை மகிழ்வித்து இருந்தது.

மதிய உணவுக்கு அனைவரும் ஒன்றாக அமர்ந்து இருக்க அங்கே வந்தான் அப்புக்குட்டி. தூங்கி சலித்தவன் முதலில் எழுந்திருக்க, சத்யாவும் அனுவும் உறக்கத்தில் இருக்க, பாபாவின் பாபாவை (தாத்தாவை) பார்க்க ஆவல் கொண்டு அறையை விட்டு வெளியே வந்தவன் இவர்கள் முன் வந்து நின்று இருந்தான்.

மெல்ல அங்கு இருக்கும் முகங்கள் எல்லாம் புன்னகையை சிந்த, அனைவரையும் கேள்வியாக பார்த்தவன், நேரே சிவாவின் முன் போய் நிற்க, அவருக்கோ சிரிப்புடன் அழுகையும் வர, கை விரித்து அழைக்க அவரின் கைக்குள் வந்து இருந்தான் பேரன்.

" உங்க பெயர் என்ன? " அவன் தாத்தன் கேட்கவும்,

" வியாஷ் சத்யா " கனீர் குரலில் கூறினான் அப்புக்குட்டி..

" நான் யாருன்னு தெரியுமா உங்களுக்கு? "

" என் கிராண்ட் ஃபாதர்.. பாபாக்கு பாபா.. " தெளிவாய் சொன்னான் சிறுவன்.

" அப்ப நான் யாருன்னு சொல்லு பார்ப்போம்.. " ஜோதி கேட்க,

அவனோ தெரியாது என்று தலையாட்ட, ஜோதியின் முகம் சுருங்க, அப்புவின் கண்கள் அடுத்தடுத்து அமர்ந்து இருப்பவர்களின் மேல் பதிய, என்ன உணர்ந்தானோ மெல்ல தாத்தனின் மடி விட்டு இறங்கி மெல்ல நகர்ந்தான்.

" என் பட்டுக்குட்டி இல்ல.. இங்க வா.." சிவா பக்கம் அழைக்க, கோகிலா ஒரு பக்கம் வா என்று அழைக்க, நந்தா பக்கம் வந்து அவனை தூக்க வர, என்ன

தோன்றியதோ அவனுக்கு " பாபா " என பெருங்குரல் எடுத்து கத்தி அழுது இருந்தான். அவனின் அழுகை குரல் கேட்கவும், சத்யா சட்டென விழித்து எழுந்து இருந்தான். மகனை கட்டிலில் தேடி திறந்திருக்கும் கதவை பார்த்து விட்டு அவன் படியிறங்கி கீழே வர, அங்கே பரிமாற நின்று இருந்த அவள் மெல்ல அறைக்குள் சென்று இருந்தாள்.

சத்யா கீழே வர, வியாஷ் நந்தாவிடம் இருந்து துள்ளி அப்பனின் கைக்குள் வந்து சேர்ந்து இருந்தான். மகனை அள்ளி தோளில் போட்டுக்கொண்டு அவனை சமாதானம் செய்தவனை மொத்த குடும்பமும் கண் விரிய பார்த்துக்கொண்டு நின்று இருந்தது.

" உங்களை எல்லாம் புதுசா பார்க்கிறான் இல்லையா? அதான் பயந்துட்டான். சாரிப்பா.. " சத்யா தணிந்த குரலில் சொல்ல,

" என் தப்பு தான்.. இப்படி ஒரு தாத்தாவும் குடும்பமும் இருக்குன்னு இவனுக்கு காட்டாம விட்டது என் தப்பு தான்..." சிவா கவலையான குரலில் கூற,

" அப்படி எல்லாம் எதுவும் இல்லப்பா.. நான் இவனை சமாதானம் பண்ணிட்டு அப்புறமா வரேன்.. "

" அண்ணா.. எங்களை எல்லாம் வேண்டாம்னு முடிவு பண்ணிட்டா இல்ல? உன் கல்யாணத்தை கூட எங்களுக்கு சொல்லனும் தோணல தானே? " ஏக்கமாக கேட்டாள் அவனின் தங்கை வித்யா.

" எனக்கும் யாரும் அவங்க கல்யாணத்தை பத்தி சொல்லல. " சத்யா அமைதியாய் கூற, வித்யாவை முறைத்தான் அவளின் கணவனான விஜயராகவன் அவனை கண்டு சத்யா மெல்ல நகர,

" டேய் சாப்பிட்டு போ.. " ஜோதி சத்தம் கொடுக்க,

" இல்ல பெரியம்மா நீங்க சாப்பிடுங்க நான் அப்புறமா அனு கூட சாப்பிட வரேன். கோகிமா இவனுக்கு ஒரு கப் பால் சூடா கொடுங்க கூடவே ஒரு பவுல்.. "

" இவன் என்ன சாப்பிடுவான் சொல்லு சத்யா நான் செஞ்சு தரேன்.." கோகிலா கேட்கவும்,

" இவனுக்கு நம்ம சாப்பாடு எதுவும் சாப்பிட்டு பழக்கம் இல்ல. நான் அவனுக்கு கொஞ்சம் சாப்பாடு கொண்டு வந்து இருக்கேன். கொஞ்சம் கொஞ்சமா நம்ம சாப்பாடு பழக்கனும் இனிமேல்.." சத்யா விளக்கமாக சொல்ல,

" அனு நம்ம ஊர் பொண்ணு மாதிரி தான் தெரியுது. அவளும் இவனுக்கு பழக்கம் பண்ணலயா? " கோகிலா சத்யாவை நோக்கி கேள்வியை அடுக்கி தர்ம சங்கடம் கொடுக்க,

" நாங்க இருக்கிற இடத்தில் இந்திய உணவு கிடைக்கிறது கொஞ்சம் கஷ்டம். இந்தியா வரனும் நாங்க இதுவரை யோசிச்சது கூட இல்ல, அதனால இந்திய உணவுக்கு அவசியமும் வரல.. " சத்யா கொஞ்சம் சூடாக பதில் சொல்ல அமைதியாய் அவனுக்கு பால் எடுத்து கொடுக்க சமையலறை உள்ளே சென்று விட்டார்.

சத்யா மகனோடு அறைக்குள் வர, அனு ஆழ்ந்த தூக்கத்தில் இருந்தாள். மகனை கட்டிலில் அமர வைத்தவன்,

" ஏன் அப்புக்குட்டி அழுதீங்க? "

" எனக்கு பயமா இருந்துச்சு அதான்.."

" அவங்க எல்லாரும் நம்ம சொந்தம் தான்.. பயப்பட வேண்டாம். "

" நீ யாரும் இல்லனு சொன்ன தானே? "

" ஆமா அப்பாக்கு தான் யாரும் இல்ல. அவங்க என்னோட தான் பேச மாட்டாங்க. நானும் பேச மாட்டேன். ஆனா உனக்கு எல்லாரும் சொந்தம் தான். இனி யாரை பார்த்தும் இப்படி பயந்து அழ கூடாது.." சத்யா கூற, மகன் சரியென தலையாட்ட,

" ஏன் நீ பேச மாட்ட? "

" அது.. எங்களுக்கு சண்டை.. அண்ணன் தம்பி சண்டை நாங்களே பேசிப்போம் சீக்கிரம்.. ஆனா நீ எல்லார் கூடவும் பேசனும். என் அப்புக்குட்டி குட் பாய் தானே? "

மகன் ஆம் என்று தலையாட்ட, சத்யா அவன் கன்னத்தில் முத்தம் வைத்தான்.

" முத்தம் தரலாமா உன் பாபாக்கு? "

" ஓ தரலாமே.. அப்புக்குட்டி பிடிச்ச எல்லாருக்கும் முத்தம் தரலாம்." சத்யா கண் சிமிட்டி புன்னகையுடன் சொல்ல, சட்டென அங்கிருந்து எழுந்து ஓடிய மகன் போய் நின்றான் அவன் தாத்தனிடம், சத்யா அமைதியாய் அவர்களை பார்த்துக்-கொண்டு நின்று இருக்க, இரு கை நீட்டி தூக்க சொன்னான்.

சிவபிரகாஷம் முகத்தில் ஒளி வர, பேரனை தூக்க புன்னகையுடன் தாத்தாவின் கன்னம் பிடித்து முத்தம் வைத்து இருந்தான். தாத்தனின் கண்கள் விரிய, அடுத்த முத்தம் பாட்டியின் கன்னத்தில் விழுந்திருந்தது. அந்த முத்தமே ஜோதிக்கு சத்யா மீது இருந்த கோபத்தையும் துடைத்து இருந்தது. துள்ளி குதித்து நந்தா கை மாறி அவருக்கும் ஒரு முத்தம் கொடுத்துவிட்டு இறங்கி அப்பனை நோக்கி வர, கோகிலா கன்னம் காட்டவும் மாட்டேன் என ஓடி வந்து சத்யாவின் கைகளுக்குள் தஞ்சமாகி இருந்தான்.

" பாட்டிக்கு ஒரு உம்மா கொடுத்துடு அப்பு" சத்யா கூறவும்,

" இதுவும் என் பாட்டியா? " மகன் சந்தேகம் கேட்க, சத்யா ஆம் என்று சொல்-லவும் அவர் கன்னத்தில் எச்சில் பதிய வைத்து இருந்தான் முத்தம் ஒன்றை.. சத்யா பாலை வாங்க கிண்ணத்தை அப்பு வாங்கி கொண்டான். மீண்டும் இருவ-ரும் அறைக்குள் மறைய, அங்கே அனைவரின் முகத்திலும் புன்னகை.

" பரவாயில்ல அப்பன் சொன்னா தட்டாம செய்யுறான் பாரேன். " சிவா வியந்து கூற,

" அப்படியே சத்யா போலவே.. " நந்தா பதில் சொல்ல,

" எங்கையோ கண்ணுக்கு தெரியாம இருந்திருந்தாலும் பொண்டாட்டி குடும்பம்னு நிறைவா தான் வாழுறான். "

" சத்யாவை திருப்பி அனுப்ப வேண்டாம் ஐயா.. பிள்ளை இங்கேயே இருக்கட்டும். நீங்க சூர்யா தம்பிகிட்ட பேசுங்களேன் கொஞ்சம்.. " கோகிலா வேண்டுதலாக

கேட்க,

" அவன் இங்க இருந்தா நாங்க யாரும் இருக்க மாட்டோம் மாமா.. " விஜயராகவன் சொல்ல, வித்யா முகத்தில் அதிருப்தி.

" என்ன தம்பி நம்ம சத்யாவை இன்னும் ஒதுக்கி வைக்கனும் சொல்றீங்களா? பாவம் தானே அவனும்? " கோகிலா கேட்க,

" தாராளமா வீட்டுல வையுங்க. யார் ஒதுக்க சொன்னா? எங்களை விடுங்க அது போதும்.. எங்களுக்கு அவனோட ஒரு வீட்டில் இருக்க விருப்பம் இல்ல அவ்ளோ தான். "

" விஜய் ஏன் இப்ப இத்தனை கோவம்? அவனை நாங்க இருன்னு சொன்னாலும் அவன் இருக்க மாட்டான். எட்டு வருஷமா வராதவன் வந்து இருக்கான். எந்த சண்டையும் வேண்டாமே? சொத்து பிரிக்கிற வேலையை மட்டும் பார்ப்போம்."

அறைக்கு மகனை அழைத்து சென்ற சத்யா அவனுக்கு என பானம் கலந்து கொடுக்க குடித்தவன் சிறிது நேரம் கார்டூன் பார்த்து சத்யாவின் நெஞ்சிலே உறங்கி இருந்தான். மகனை அள்ளி முத்தம் வைத்து கட்டிலில் படுக்க வைத்தவன் மீண்டும் கண் அயர்ந்தான் கொஞ்ச நேரம்..

4

அனு எழுந்து குளித்து உடை மாற்றி கண்ணாடி முன் அமர்ந்து இருக்க, சத்யா அப்போது தான் மெல்ல கண் விழித்தான். அப்பு கூட எழுந்து குளித்து உடை மாற்றி, கார்டூன் பார்த்துக்கொண்டு இருந்தான். அறையை ஒரு முறை சுற்றி பார்த்தவன் முகத்தில் இதமாக ஒரு புன்னகை.

" அம்மு எழுந்தாச்சா? போய் குளிச்சுட்டு வா, சாப்பிட போகலாம். தனியா கீழ போக எனக்கு ஒரு மாதிரி கூச்சமா இருக்குடா.. "

" எழுப்பி விட்டு இருக்கலாம் இல்ல? நீ பசி தாங்க மாட்டியே.. இதோ பத்து நிமிஷத்தில் போலாம் குட்டிமா.. " சத்யா எழுந்து குளியல் அறைக்குள் செல்ல, இவள் பால்கனி பக்கம் ஒதுங்கி இருந்தாள்.

அவன் கிளம்பி வரவும், கையில் அப்புவை தூக்கிக்கொண்டு கீழே இறங்கினார்கள்.

" டேய் குட்டி பையா என்னை ஷாப்பிங் கூப்பிட்டு போறியா நாளைக்கு? கொஞ்சம் குர்தி டாப் எடுத்துக்கறேன். "

" நாளைக்கு போலாம் தங்கம்.. இப்போ போய்ட்டு திரும்ப நேரமாகும். எனக்கு இன்னும் கொஞ்சம் கூட தூங்கனும். "

" அட கோலாக்குட்டி.. " அனு அவனை பார்த்து சலிப்பாக சொல்லவும், சத்யா சிரித்து மாடியிறங்கவும் ஹாலில் அமர்ந்து இருந்த சிவா மகனின் சிரிப்பில் நெஞ்சம் நெகிழ்ந்தார். சத்யா அவர் முன் வந்து நின்று,

" அப்பா அனு.. அனுஹாசினி.. என் பொண்டாட்டி.." அப்பாவின் கண் பார்க்-

காது சொல்லிவிட்டு இருந்தான் பொய்யை,

அனு புன்னகை முகத்துடன் அவர் காலில் விழுந்து வணங்க, நெஞ்சம் நிறைந்து போனது அவருக்கு,

" ரொம்ப சந்தோசமா இருக்குடா, உன்னை இப்படி பார்க்க, இது போதும் இந்த நிம்மதியில் இப்படியே செத்தா கூட சந்தோசம் தான்.. "

" அப்பா.. என்ன பேசறீங்க நீங்க? என்னை சங்கடப்படுத்தாதீங்க பிளீஸ்.. "

" சரி வாங்க மூணு பேரும் சாப்பிடுங்க. " கோகிலா அழைக்க,

மூவரும் சென்று மேஜையில் அமர்ந்தனர்.

" அப்புக்குட்டிக்கு சாப்பிட என்ன வேணும்? " சத்யா கேட்க,

" சாண்விச்.."

" எக் "

" கோகிமா நம்ம வீட்டுல ப்ரெட் இருக்கா? "

" அதெல்லாம் இங்க யார் சாப்பிடுவாங்க சத்யா.."

" கோதுமையும் முட்டையும் இருக்கா? "

" இருக்கே.. "

" அனு கொஞ்ச நேரம் அப்பு கூட உக்கார்ந்து இரு.. நான் வரேன்."

சத்யா சமையல் அறை நோக்கி செல்ல,

" டேய் என்ன வேணும் உனக்கு? எங்ககிட்ட சொல்லு நாங்க செஞ்சு தரோம். "

" உங்களுக்கு தெரியாது.. நானே செய்யுறேன். எனக்கு பழக்கம் தான் ஒன்னும்

பிரச்சனை இல்ல. "

சத்யா மகனுக்கு என பான்கேக் செய்து அதன் மேல் கொஞ்சம் தேன் சேர்த்து உடன் கொஞ்சம் பாலும் எடுத்துக்கொண்டு வந்தான். அதற்குள் அனுவுக்கும் சத்யாவுக்கு வடையும் தேங்காய் சட்னியும் பரிமாறி இருந்தனர். சத்யா மகனுக்கு ஊட்டி விட,

" பாபா இது தோனட் தானே? எனக்கு.. " மகன் கேட்ட கேள்வியில் சத்யாவின் முகம் புன்னகையில் விரிந்தது.

" ஆமா இது தோனட் தான். ஆனா ஸ்பைசி தோனட் வித் ஸ்பைசி சாஸ் அப்புக்குட்டி வேணுமா? " அனு கேட்கவும்.. ஆம் என அவன் தலையாட்ட,

" வேண்டாம்டி அம்மு, மிளகு காரம் எல்லாம் அவனுக்கு தெரியாது. சாப்பிட்டு கத்த போறான். " சத்யா முகம் சுருக்கி கூற,

" ஏன் தங்கம் உன் பையன் காரம் எல்லாம் எப்போ சாப்பிடுவான். பழக்குவோம்." அனு கூறி விட்டு அப்புவுக்கு ஊட்ட, சத்யாவின் கவனம் மொத்தமும் மகன் மீது குவிய, சில நொடி அனுவுக்கும் மூச்சு வரவில்லை.

லேசாய் முகம் மாறி பின் தெளிவாக, மீண்டும் அப்பு வாய் திறக்க, அதற்குள் அனுவின் தட்டுக்கு வந்தது நெய் தோசை. அனு கதை சொல்லி ஊட்டி விட ஒரு தோசை உண்டு போதும் என கூறி இருந்தான். பான்கேக் தட்டில் சிரிக்க, அதை சத்யா உண்டு கை கழுவி வர, அனு கை கழுவி திரும்பும் போது புன்னகை முகமாக அவள் கை துடைக்க துண்டை கொடுத்தாள் வித்யா.

" அண்ணி நான் வித்யா.. இவன் என் பையன் ஜிஷ்ணு. "

" நல்லா இருக்கீங்களா வித்யா? பையனுக்கு என்ன வயசு? "

" மூணு ஆகுது அண்ணி.. " வித்யா கூறவும் அனு வா என அழைக்க, அவன் பார்வையோ வியாஷ் மேல் பதிந்திருந்தது.

சத்யாவின் கையில் இருந்து யாஷை வாங்கி கீழ விட்டவள், இங்கே வா என ஜீஷ்ணுவை அழைக்க, அவனும் அருகில் வந்து நிற்க, இருவரின் கையை-

யும் பிடித்து கோர்த்து பிரெண்ட்ஸ் என அனு கூற, சத்யா கண் கலங்கி அந்த இடத்தை விட்டு அவன் அறைக்கு சென்று இருக்க,

இங்கே வியாஷ் முகத்தில் அழகாய் புன்னகை வர, ஜிஷ்ணு அனு கன்னத்தில் முத்தம் வைத்து வியாஷை விளையாட அழைத்துக்கொண்டு பிளே ரூம் என கூறும் விளையாட்டு அறைக்கு அழைத்து சென்று இருந்தான். அவர்கள் சென்றதும் சத்யாவை தேட அவனோ அங்கே இல்லை. அவனை தேடி நகர்ந்தவளை கைப்பிடித்து நிறுத்தி இருந்தாள் வித்யா.

" எங்களோட கொஞ்சம் நேரம் இருங்க அண்ணி. அண்ணன் எங்களை எல்லாம் உங்களுக்கு அறிமுகப்படுத்தி வெச்சு இருக்காரா இல்லையான்னு தெரியல.. "

" சத்யாவுக்கு ஒரு குடும்பம் இருக்குன்னு தெரியும். ஆனா இவளோ பெரிய குடும்பம், இத்தனை பணக்கார பின்னணியும் இருக்கிறது தெரியாது." அனு கூறவும்,

" இப்போ அறிமுகம் பண்றேன் அண்ணி.. "

" நான் இதை சத்யா சொல்லி கேட்க ஆசைப்படுறேன் வித்யா பிளீஸ்.."

" புரியுது அண்ணி.. நான் ரெண்டு பேரை மட்டும் அறிமுகம் பண்ணி வைக்கிறேன். அவங்களை அண்ணாக்கே தெரியாது அதான்.."

அனு சரியென கூற, வித்யா அவர்கள் இருவரையும் அவள் முன் நிறுத்தியவள்,

" இது ஆதிரா சூர்யா பொண்டாட்டி, இது தேன்மொழி ஹரி பொண்டாட்டி. ரெண்டு பேரும் உங்களுக்கு தங்கச்சி முறை. சூர்யாவும், ஹரியும் யாருன்னு நீங்க அண்ணாகிட்ட கேளுங்க. "

" சூர்யாவை தெரியாம இருக்குமா வித்யா எனக்கு? இந்தியா டவர்ஸ் சிஇஓ. என் கணிப்பு சரியா இருந்தா சத்யா தான் உங்க எல்லாருக்கும் மூத்தவன் இல்லையா? "

" ஆமா.. " வித்யா கூறவும் எதுவும் சொல்லாது அறையை நோக்கி சென்று இருந்தாள்.

சத்யா அமைதியாய் பால்கனியில் அமர்ந்து இருந்தான், அவன் முன் சென்று நின்றாள் அனு. அவளை கண்டதும் முகத்தில் தானாக புன்னகை வர,

" எனக்கு உன் வீட்டில் யார் எல்லாம் இருக்கான்னு சொல்லு சத்யா. எனக்கு யாரையும் தெரியல.. "

" இங்க உக்காரு சொல்றேன்." அனு எதிரில் அமர, கையில் இருக்கும் அலை-பேசியை எடுத்து காலை கேமராவில் பதிவு செய்து கொண்ட புகைப்படத்தை காட்டி அறிமுகத்தை தொடங்கி இருந்தான்.

சிவபிரகாஷமும், அறிவு செல்வியும் திவ்யபிரகாஷத்தின் வாரிசு. பாரம்பரியமான பணக்கார குடும்பம். சிவாவும் அறிவும் படிப்பில் சமத்து. இருவரும் வளர சிவ பிரகாசம் தொழில்நுட்பம் படிக்க, அறிவு தொழில் மேலாண்மை படிக்க, இருவ-ருக்கும் தொலைதொடர்பு சேவையை தொழிலாக தொடங்கும் கனவு.

அறிவுமதி பெண்பிள்ளை என்பதால் வயது வந்ததும் ராகவனுக்கு திருமணம் செய்து கொடுத்து விட்டனர். ராகவன் உடன் சேர்ந்து சிவபிரகாஷம் தொடங்கிய தொழில் தான் இந்தியா டவர்ஸ். இதில் நாற்பது சதவீத பங்கு ராகவன் கையில் இருக்க, மீத அறுபது சதவீத பங்கு சிவா கையில் சொந்தமும் தொழிலும் விட்-டுப்போக கூடாது என சிவாவுக்கு ராகவனின் தங்கையான பாக்கியஜோதியை மணமுடித்து கொடுத்தனர். இருவரின் இடையிலும் இனிய தாம்பத்தியம் நடந்தும் ஜோதியின் மூலம் அந்த வீட்டுக்கென ஒரு வாரிசு உண்டாகவில்லை. தங்கையின் வாழ்வு இனிக்காது தனக்கும் இன்பம் இல்லை என ராகவனும் குழந்தை பெற்-றுக்கொள்வதை தள்ளிப்போட, ஒரு பக்கம் ராகவனின் அன்பு தங்கைக்கு இனி-தாலும், இன்னொரு பக்கம் அறிவுமதியின் இல்லறம் பற்றிய கவலையில் சிவாவும் அவரின் அப்பாவும் மூழ்கி போயினர். கலை இழந்த வீட்டை கண்டு ஜோதிக்கும் துக்கம் பெருகியது.

அப்போது தான் ஒரு முடிவுடன் மாமனாரின் முன் நின்ற ஜோதி கணவனுக்கு இரண்டாம் திருமணம் செய்து வைக்க கூறி, அவருக்கு இந்த முடிவில் எந்த சங்-கடமும் இல்லை என்றும் கூறி இருந்தார். ராகவன் ஜோதியிடம் இதை வேண்டாம் என பல முறை மறுத்து கூறியும், சண்டை போட்டும், சிவா மாட்டேன் என உறு-தியாக மறுக்க, ஜோதி அண்ணன் கணவன் இருவரின் முன்பும் உண்ணா நோன்பு நடத்தி, செல்வசுந்தரியை சிவாவுக்கு இரண்டாம் திருமணம் செய்து வைத்தார்.

உடன், அண்ணனை அறிவுடன் இல்லறத்தில் இன்பமாக இருக்க வேண்டும் எனவும் அன்பு கட்டளையிட்டு இருந்தார். தங்கை தன் முடிவால் தான் அவளின் இடத்தை பகிர்ந்து கொண்டாள் என நினைக்க ராகவன் மிகவும் வேதனைப்பட்டார். அறிவுக்கு அண்ணி ஜோதி தான் அன்னை, தோழி எல்லாம் இப்போது அவரின் மேல் பாசம் பல மடங்கு உயர்ந்திருந்தது. அதனால் தானோ ராகவனுக்கும் சரி அறிவுமதிக்கும் சுந்தரியை பிடிக்கவில்லை.

சுந்தரியும் ஜோதியும் ஒற்றுமையாய் இருக்க, சிவா இருவரையும் ஒன்று போலவே நடத்தினார். ஒருவருக்கு ஒருவர் உதவி செய்து கொண்டனர். சண்டையின்றி இருவரும் ஒருவருக்கு ஒருவர் விட்டுக்கொடுத்து இல்லறம் நடத்திட, மனமகிழ்ந்து போய் இருந்தார் சிவபிரகாசம். கணவனுக்காக தன் இடத்தையே பங்கிட்டு கொண்ட ஜோதியின் மீது சுந்தரிக்கு மரியாதையும் பாசமும் சமஅளவு இருந்தது. அவரை யாரும் சினந்து பேசினால் கூட அவரோடு சண்டைக்கு சென்று விடுவார். குழந்தை இல்லை என எவரும் ஏளனம் செய்தால் கோவத்தில் பொங்கி விடுவார்.

பாக்கியஜோதிக்கும் செல்வசுந்தரி என்றால் பிரியம் கொஞ்சம் அதிகம் தான். அண்ணன் ராகவன் மீது வைத்திருந்த அதே அளவு அன்பை சுந்தரி மீதும் வைத்து இருந்தார். சாதாரண பெண் அல்லவே சுந்தரி? கணவனை போலவே அதிகம் படித்தவள். தன்னையும் அண்ணனையும் போல லட்சாதிபதி வீட்டு பெண் அல்ல, கோடிகளில் புரளும் கோடீஸ்வர வீட்டின் ஒரே பெண். சுந்தரியின் பெரியப்பாவும் சிவாவின் அப்பாவும் கொண்ட நட்புக்கு தான் அவர் வீட்டுப் பெண்ணை எந்த கேள்வியும் இன்றி இங்கே காட்டிக்கொடுத்து இருக்கிறார். அதுவும் சுந்தரி பெயருக்கு ஏற்றது போல பேரழகி. இவை எல்லாம் சேர்ந்து கொள்ள சுந்தரிக்கு அனைத்துமாக மாறி இருந்தார் ஜோதி.

சுந்தரியோ ஜோதிக்கு குழந்தை வேண்டும் என விரதமிருப்பார். ஜோதியை அழைத்துக்கொண்டு வைத்தியம் பார்க்க பல இடங்களுக்கு செல்வார். ஜோதியின் குறையை தீர்க்க முதலாக முயன்று இருந்தார். திருமணம் முடிந்த மூன்றாம் மாதம் சுந்தரி வாந்தி எடுக்க, முதலில் மகிழ்ந்து போனது ஜோதி தான். ஒன்பது மாதமும் இரு அன்னையின் கவனிப்பில் வீட்டின் முதல் வாரிசாக பிறந்தான் சத்யா எனும் சத்யப்பிரகாஷ். சுந்தரி போலவே அழகில் சுந்தரனாக பிறந்து இருந்தான். அவனுக்கு நண்பனாக, அறிவுமதி - ராகவன் இருவருக்கும் மகனாய் பிறந்தான் விஜய் எனும் விஜயராகவன். பேரன்கள் இருவரையும் கண்ட மகிழ்வில் திவ்ய பிரகாசம் மறைந்திருந்தார். அவர் உடல் நலம் குன்றிய போதே அந்த வீட்டின்

பொறுப்புகள் சுந்தரியின் கைக்கு மாறி இருந்தது.

சத்யா தான் அந்த வீட்டின் இளவரசன் அவனுக்கு என்றால் எதிலும் தாராளம் தான் அன்னையர் இருவருக்கும், அப்பனுக்கோ மகன் மீது கொள்ளை அன்பு. அவன் பிறந்த நேரத்தின் ராசியோ என்னவோ சிவாவுக்கு தொழிலில் முன்னேற்றம் மட்டும் தான். சுந்தரி பார்த்த வைத்தியங்கள் கைகொடுக்க, கடவுளின் ஆசியும் உடனிருக்க தாயானார் ஜோதி. ராகவனுக்கு வார்த்தையில் விவரிக்க முடியாத மகிழ்ச்சி. சுந்தரி ஜோதியை கண்ணும் கருத்துமாக பார்க்க, சிவாவும் அன்புடன் ஜோதியை அரவணைக்க, வீட்டின் இரண்டாம் வாரிசாக ஜோதியை அம்மாவென அழைக்க பிறந்தான் சூர்யா எனும் சூர்யப்பிரகாஷ்.

அப்போது தான் தொடங்கியது வினை. ராகவன் செல்வசுந்தரியை தங்கையின் வாழ்க்கையில் இருந்து விலக்க முயன்றார். முன்பே அவருக்கு சுந்தரியை பிடிக்காது. குழந்தை பெற்றவள் என அவளின் கையில் வீட்டின் நிர்வாகம் கொடுத்த பொழுது தங்கையின் நிலையை எண்ணி அமைதி காத்தார். இதோ இப்போது தங்கைக்கு மகன் பிறந்து விட, இனி வீட்டின் வாரிசு சூர்யா தான் என எண்ணினார். சுந்தரிக்கு மெல்ல ராகவனின் எண்ணம் புரிய, அதில் உள்ள அன்பும் புரிந்தது. ஆனால் சிவாவின் மீது அவர் கொண்ட அன்பு அவரை கொஞ்சம் யோசிக்க வைத்தது. ஆனால் மாமனார் கொடுத்த பொறுப்பை கை மாற்றவோ, மறுக்கவோ அவர் முயலவில்லை.

சத்யா பயந்து அழுகிறான் என கூறி அவர்களை தனிமையில் விட்டு விலக ஆரம்பித்து இருந்தார். அறிவு மெல்ல சூர்யாவை கொஞ்சி, அவனை பாராட்டி, கொண்டாடி அவனுக்கு மட்டுமே அன்பை கொடுக்க, சத்யா மிக சிறிய ஒதுக்கத்தை உணர தொடங்கி இருந்தான். காலம் நகர, அறிவுக்கு இரண்டாம் குழந்தையாய் பிறந்தாள் அன்புச்செல்வி. ஜோதிக்கு ஹரியும் வித்யாவும் இரட்டை பிள்ளைகளாக பிறந்தனர். அதன் பின் இரண்டு அன்னையரும் நான்கு பிள்ளைகளையும் ஒன்றாக தான் வளர்த்தனர். நால்வரும் ஒற்றுமையாக தான் வளர்ந்தனர் சத்யாவின் பதினைந்து மூன்று வயது வரை. அதன் பின் அத்தனையும் மாறி போனது.. இல்லை மாற்றி அமைத்தார் அறிவுமதி.

5

இரவு உணவுக்கு அனைவரும் வந்து அமர, சத்யா மகனுக்கு இட்லி செய்து தர சொல்லி இருந்தான். சப்பாத்தியும் இட்லியும் இரவுணவாக சமைத்திருந்தனர்.

சத்யாவின் எதிரில் வந்து அமர்ந்தான் விஜய். அனு அமர அவளின் அருகே வித்யா அமர, ஆதிராவும் தேன்மொழியும் பரிமாறினர். ஜிஷ்ணு வியாஷ் அருகில் போய் அமர, விஜய் முகத்தில் மகன், மனைவி இருவரின் மீதான கோவம் அப்பட்டமாக தெரிந்தது. இருந்தும் உணவு உண்ணும் நேரத்தில் யாரையும் தொந்தரவு செய்ய வேண்டாமென்று அமைதியாகி விட்டான்.

சத்யா மகனுக்கு இட்லியை பாலில் தொட்டு தர,

" பாபா சாஸ்.. " மகன் கேட்கவும் சத்யா ஒரு நிமிடம் யோசித்து விட்டு குருமா தொட்டு கொடுக்க, மகன் கண் விரித்து சிரிக்க, சத்யா முகத்திலும் புன்னகை.

" யம்மி.. சாஸ் பாபா "

" சாஸ் இல்ல இது.. குருமா.. ம்ம்.. இந்தியன் கிரேவி.. " சத்யா திருத்தி சொல்லவும் குருமா பாத்திரத்தை எட்டிப்பார்த்து ஆம் என்று தலையாட்டி கொண்டான் அப்புக்குட்டி.

சத்யா மகனுக்கு ஊட்டி விட, ஜிஷ்ணு " ஆ " என்று சத்யா முன் வாய் திறக்க, ஒரு நொடி கூட யோசிக்காத அவனுக்கும் ஊட்டி விட்டு இருந்தான். விஜய் அனைத்தையும் பார்த்துக்கொண்டு தான் இருந்தான். ஏனோ கோவம் மறைந்து கண்கள் நிறைந்தது. ஆனால் எதையும் வெளியே காட்டிட விருப்பமின்றி இறுக்கியவன் போல நடித்துக்கொண்டு இருந்தான். அவனின் உடல் மொழி அறியாத நண்பனா சத்யா?

அவனுக்குள்ளும் பல சிந்தனைகள் வெளியே அழகாய் இதழுக்கு மென்னகை சூடி மகனுக்கும் மருமகனுக்கும் உணவை ஊட்டி விட்டு கொண்டு இருந்தான். வித்யாவும் ஜோதியும் மனம் நிறைந்து அவனை பார்த்திருக்க, அனு எதையும் கண்டுகொள்ளாது அவளின் கர்மமே கண்ணென உணவில் கவனத்தை வைத்து இருந்தாள். உணவை கொடுத்து இருவருக்கும் கார்ட்டூன் போட்டு அமர வைத்து வந்தவன் அவனுக்கு என சப்பாத்தியை எடுக்க முயல, விஜய் எடுத்து கொடுத்-தான்.

சத்யா அமைதியாய் அதை வாங்கி அவன் தட்டில் போட்டுக்கொண்டு, குருமா எடுக்க,

" என் தட்டுக்கும் கொஞ்சம் குருமா விடு செல்லம் "

" பக்கத்துல ஒருத்தன் இருக்கான்னு உனக்கு இப்போ தான் ஞாபகம் வருதா டார்லி? "

" அச்சோ இல்ல தங்கம்.. மீனை பிடிக்க போற பூனை மாதிரி உன் நண்பன் உன்னையே முறைச்சு முறைச்சு பார்க்கிறாரா அதான் நான் தட்டுக்கு உள்ள தலையை விட்டு படுத்துகிட்டேன். " அனு குருமா ஊற்றிக்கொண்டே சொல்ல,

" புஜ்ஜிம்மா.. அவன் என் நண்பன் மட்டும் இல்ல முறைப்பையனும் கூட, அதான் முறைச்சி பார்க்கிறான். என்ன இருந்தாலும் நான் அவனுக்கு மாமா பையன், முறைடான்னு.. வடிவேலு காமெடி மாதிரி.. என்னை முறைச்சு பார்க்க அவனுக்கு எல்லா உரிமையும் இருக்கு யூ நோ? " சத்யா புன்னகையுடன் அவள் காதில் பதில் கூற, அனு சட்டென வாய் விட்டு சத்தமாக சிரித்து இருந்தாள்.

சிவா, நந்தா இருவரும் உணவு உண்டு சென்று இருக்க, விஜய் கை கழுவ எழ, பெண்கள் அனைவரும் அமர்ந்திருக்க, அனுவின் சிரிப்பு அனைவரையும் அவள் பக்கம் கவனத்தை திருப்பிவிட, சத்யாவும் கொஞ்சம் சிரித்து, மீதியை வாய்க்குள் அடக்கி கண்களால் வேண்டாம் என்று சொல்ல, அனு ஒரு நொடி அடக்கிவிட்டு, அடுத்த நொடி வெடியாய் மீண்டும் வெடித்து சிரிக்க,

" பிளீஸ்டி சீனி.. போதும்டி.. " சத்யாவும் அடக்கிய புன்னகையுடன் கூற,

" என்னடா உங்களுக்குள்ள மட்டும் பேசி சிரிக்கறீங்க.. " ஜோதி கேட்க, அனு சிரிப்பை அடக்கிக் கொண்டாள்.

" ஒன்னும் இல்ல பெரியம்மா.. " சத்யா கவனத்தை உணவில் வைக்க, இருவரும் அமைதியாய் உண்டு எழுந்தனர். அவர்கள் பின்னே வந்த வித்யா,

" என்ன அண்ணி சொன்னார் எங்க அண்ணா? எங்களுக்கு சொல்ல கூடாதா? "

" உனக்கு மட்டும் சொல்றேன் வித்யா.. ஏனா இது நம்ம வாழ்க்கை பிரச்சனை.. "

" அண்ணி.. என்ன சொல்றீங்க? "

" பின்ன அண்ணாக்கு என் புருஷன் முறைப்பையான இருக்கலாம். அதுக்காக அவரை விடாம முறைச்சு பார்க்க கூடாது இல்லையா? சத்யாகிட்ட கேட்டா அவன் என் முறைப்பையன் அப்படி தான் வடிவேல் கணக்கா முறைப்பான்னு சொல்றாரு.. " அனு சொல்லவும் வித்யாவும் சிரித்து இருந்தாள்.

" ஏய்.. வாலு.. சும்மா இருடி.. " சத்யா அவளின் கை பிடித்து பொய்யான கோவமுகம் காட்டி கூற, அனு மீண்டும் சிரிக்க, கோகிலா கையில் தட்டுடன் கீழ் உள்ள ஒரு படுக்கை அறையில் இருந்து வரவும் சத்யாவின் கவனம் அங்கே சென்று இருந்தது. பின் எதையோ யோசித்தவன்,

" வித்யா.. " அண்ணனின் அழைப்பில் தங்கையின் முகம் மகிழ,

" அவளும் இங்கயா இருக்கா.. ?" சத்யாவின் கேள்வியில் வித்யா சில நொடி மௌனம் காத்து பின்,

" ஆமா.. அவ வீட்டுக்காரர் பிசினஸ் ட்ரிப் போனா, இங்க வந்துருவா. அவர் இப்ப மும்பை போய் இருக்கார். அதான் இங்க இருக்கா, நீங்க வந்ததிலிருந்து அவ சாப்பிட மேஜைக்கு வரது இல்ல. "

" ஓ.. " சத்யா ஒரு சொல்லுடன் அவளை கடந்து சமையல் அறைக்குள் சென்றான்.

கோகிலா அங்கே தட்டை கழுவ போட்டு விட்டு திரும்ப, சத்யா நின்று இருந்-தான்.

" சொல்லு சத்யா.. என்ன வேணும் அப்புக்கு பால் தரவா? "

" நான் என்ன பண்ணனும் கோகிமா, திரும்பி போய்டவா? என் முன்னாடி கூட வர மாட்டாளா? எட்டு வருஷமா பேசாத என் அப்பா கூப்பிடவும் தான் வந்தேன். கொஞ்ச நாள் தான் இருப்பேன்.. அப்புறம் போய்டுவேன்.. எப்பவும் திரும்பி வர மாட்டேன் சொல்லுங்க. என் முகத்தை கூட பார்க்க வேண்டாம். அவ வீடு இது இயல்பா இருக்க சொல்லுங்க.. " சத்யா கோவத்தை அடக்கிய குரலில் சொல்லி விட்டு வெளியே செல்ல, வித்யாவும் ஜோதியும் கண் கலங்க நின்று இருந்தனர்.

ஹாலில் மகனோடு அனுவும் அமர்ந்திருக்க, சத்யா மகனை தூக்கி கொண்டு நகர்ந்து, பின் பெருமூச்சு ஒன்றை விட்டவன் புன்னகையுடன் அனுவை பார்க்க,

" வாக் போலாமா பேபி? கொஞ்சம் நேரம் நடந்தா நல்லா இருக்கும்.. "

" அப்புவை தூங்க வெச்சுட்டு அப்புறம் போலாம்டா தங்கம் அதுவரை நீ டிவி பாரு.. " சத்யா சொல்லிவிட்டு செல்லவும் அனு டிவியில் கவனம் பதிக்க, பத்து நிமிடம் கழித்து அவள் அருகில் வந்து அமர்ந்தாள் தேன்மொழி.

" அக்கா.. நம்ம ஒரு செல்ஃபி எடுத்துக்கலாமா? "

" எதுக்கு ஹனி? ஃபோட்டோ எல்லாம்.. "

" அவருக்கு உங்களை பார்க்கணுமாம்.. அப்புவை ஃபோட்டோ பிடிச்சு காட்டி-னேன். உங்களை பார்க்கனும் சொன்னார் அதான்.. "

" ஏன் போட்டோவில் பார்க்கனும்? நேரில் பார்க்க வரலாமே? "

" இல்ல.. சூர்யா மாமா, அவர் கூடவே இருக்காரா.. இவரால வேலையை முடிக்-காம நகர முடியாது அதான் கேட்டார்.. "

" என்னை ஃபோட்டோ எடுக்கர வேலை எல்லாம் வேண்டாம் தேன்மொழி.

எனக்கு இது சுத்தமா பிடிக்கல. அப்படி அவருக்கு பார்க்கனும் உண்மையாவே விருப்பம் இருந்தா நேரில் வர சொல்லுங்க. இல்லையா அவர் பார்க்கவே வேண்டாம். " அனு முடிவாக சொல்ல,

" அக்கா.. பிளீஸ்.."

" எனக்கு தெரியல தேனுமா.. இங்க நடக்கற எதுவும் புரியல எனக்கு.. ஆனா என் சத்யாவை சுத்தி எதும் சரியில்லைன்னு மட்டும் நல்லா தெரியுது. எது முக்கியமோ அதுக்கு தானே நம்ம முக்கியத்துவம் கொடுப்போம்? அண்ணன் அண்ணி, அண்ணன் பையனை பார்க்கிறது முக்கியமான விஷயமா இருந்தா ஹரியே வருவார். நீ கவலையை விடு. " அனு சொல்லிவிட்டு படியிறங்கி வந்த சத்யா உடன் வெளியே உள்ள தோட்டம் நோக்கி சென்று விட்டாள்.

அமைதியான குளிர் இரவு, இரவை பகலாக மாற்றும் ஒளி விளக்குகள், நேர்த்தியான பராமரிப்பில் அழகாய் கண்ணுக்கு விருந்து தரும் பூந்தோட்டம், அதன் சுகந்தமான நறுமணம். சத்யா மார்புகளுக்கு குறுக்கே கைகளை கட்டிக்கொண்டு நடக்க, அனு மௌனமாக அவனோடு உடன் நடந்தாள்.

" எங்க வீடு எப்படி இருக்கு குட்டிமா பிடிச்சு இருக்கா? "

" வீடு, வசதி, சாப்பாடு எதுக்கும் குறை இல்ல. ஆனா மனுஷங்க கூட பேசவே பயமா இருக்கு, அதும் உன் பெரியம்மாவும் கோகிலா ஆன்டியும் என்னை பார்க்கிற பார்வை இருக்கே.. முடியலடா சுகர் பன் என்னால.. " அனு பொய்யான சோர்வுடன் கூற,

" எனக்கு இன்னும் கல்யாணம் ஆகலன்னு அவங்களுக்கு சந்தேகம் அதான்.. விடு டார்லி என்னால எதையும் விளக்கமா சொல்ல முடியாது அதுக்கு நான் தயாராவும் இல்ல.. "

" இன்னிக்கி அந்த விஜய் முகத்தை பார்த்தியா நீ? அப்பா.. என்ன ஒரு கோவம், அதுக்கு அப்புறம் அப்படி ஒரு பாசம், இந்த வெட்டி வீராப்புக்கு ஒன்னும் குறையில்ல.. "

" ஆமா.. கண் கலங்கி போய்டுச்சு எல்லாத்தையும் மறைச்சு, நடிச்சு, அவன் பையனுக்கு நான் ஊட்டி விடவும் தாங்கல அவனுக்கு.. பாசக்காரன் புஜ்ஜிமா

அவன், அவன் அம்மாக்காக இப்படி இருக்கான். இருந்துட்டு போகட்டும். எல்லா-ராலும் அம்மாக்கு நல்ல பையனா இருந்துட முடியாது. அவன் முயற்சி பண்றான் அவ்ளோ தான்.. "

" பணம் இல்லாதவன் வீட்டுல பணம் தான் பிரச்சனை. ஆனா பணக்காரன் வீட்டுல தான் பல பிரச்சனை.. அதும் இங்க பாசப்பிரச்சனை.." அனு கூறவும், அவளை மேல் இருந்து கீழ் வரை எதோ ஜந்துவை பார்ப்பது போல சத்யா பார்த்து வைக்க,

" என்ன லுக்கு? உங்க பெரியம்மா மாதிரியே? ஐ ஹேட் தட் லுக்.." சொல்லி-விட்டு அனு முகம் திருப்பி கொள்ள, சத்யா சிரித்து இருந்தான்.

" விசித்திர ஜந்து மாதிரி பேசினா அப்படி தானே பார்க்க முடியும் பாப்பு குட்டி? "

" யாருடா ஜந்து? நீயும் உன் குடும்பமும் தான் விசித்திர வினோத ஜந்துகள்.." அனு சொல்லவும் சத்யா இன்னும் சிரித்து இருந்தான்.

" எங்களை கிண்டல் பண்ண, என் முறைப்பையனை விட்டு முறைக்க சொல்லி-டுவேன் பார்த்துக்கோ.. " சத்யா கூறவும் அனு அவனை அடிக்க வர, சத்யா ஓடி வந்து வீட்டினுள் நுழைய கண்டு இருந்தான் அவளை..

யாரை இனி காண கூடாது என்று நினைத்து இருந்தானோ, யாரால் அவன் வாழ்வு மாறி போனதோ, யாரை தன் உயிரென எண்ணி இருந்தானோ அவளை, ஒரு நொடி உயிர் நின்று போனது அவளுக்கு, ஒரு நொடி இதயம் துடிக்க மறந்து போனது அவனுக்கு,

அறைக்கு தண்ணீர் எடுக்க வந்தவள் ஜாடியில் நீர் நிறைத்து எடுத்துக்கொண்டு, அவன் முன்னே தலைகுனிந்து நடந்து, மெல்ல அவனை கடந்து அறைக்குள் சென்று இருந்தாள். சத்யாவின் பார்வை அவள் மீதே இருந்தது.

அவளின் கொலுசு சத்தம் உயிர்துடிக்க செய்ய, அவளின் கழுத்தில் கிடந்த தங்-கத்தாலி உயிர் உறைய செய்தது. எட்டு வருடம் முன் பார்த்தவள் இல்லை இவள் மனம் சொல்ல, அப்படியே நின்று இருந்தான். அனு பின்னிருந்து அவன் தோள்-களை தொடவும்,

" அவ தான்டி அனு என்.."

" டேய் குட்டி பையா.. என்ன இது? சரியில்லையே நீ வா.. தூங்கலாம்." அனு கைப்பிடித்து அறைக்குள் அழைத்து செல்ல, இருவரும் எதுவும் பேசாது அவரவர் படுக்கைக்கு சென்று இருந்தனர்.

சத்யாவின் தலையில் எதேதோ நினைவுகள். கெஞ்சலான அம்மாவின் முகம், தன்னை கோவம் கொண்டு அடிக்கும் அப்பாவின் முகம், கதறி அழுதபடி அவளின் முகம்..

" நீ எனக்கு வேண்டாம் சத்யா.. "

சத்யா பட்டென எழுந்து அமர்ந்து இருந்தான். நெஞ்சை அழுத்தி தேய்த்துக் கொண்டான்.

" சத்யா.. " அனுவின் குரல் கேட்டு திரும்பியவன் அவளை பார்க்க,

" உனக்கும் தூக்கம் போய்டுச்சா.. எனக்கும் பழைய ஞாபகம். " அனு சொல்லவும் கட்டிலின் கீழே அவன் அருகில் வந்து அமர்ந்தான். மெல்ல அவன் கைக்கொ-டுக்க அதை பிடித்து கொண்டாள்.

" ஒன்னும் இல்ல. கடந்தாச்சு.. இதையும் கடந்துறலாம்.. தூங்கு.. நான் இருக்-கேன். " அவனின் கைக்குள் முகம் புதைத்துக் கொண்டு கண்ணயிர்ந்து உறங்கி இருந்தாள்.

6

அதே நேரம் விஜய்யின் அறையில் அவனோ தூக்கமின்றி அமர்ந்து இருந்தான். வித்யா தூக்கத்தில் திரும்பி படுத்தவள் அமர்ந்து இருக்கும் விஜய் மீது இடித்து விட, தூக்கம் கலைந்திருந்தாள்.

" என்னங்க தூங்காம ஏன் உக்கார்ந்து இருக்கீங்க? "

"தூக்கம் வரல டா, நீ தூங்கு நான் தூங்கிப்பேன். "

" என்னாச்சுங்க.."

"சத்யா.. ஆளே மாறிட்டான் இல்ல? அவன் பையன் துறுதுறுன்னு.. அந்த பொண்ணு அனு எப்படி? நல்ல குணமா? சத்யா சந்தோசமா இருக்கானா? அவனை பார்க்கிற வரை எதும் தெரியல, பார்த்த அப்புறம் விலகி இருக்க முடியல. கடந்த எட்டு வருஷம் எனக்கு நிறைய சொல்லி கொடுத்து இருக்கு. "

" அப்ப அண்ணா கூட பேசுங்களே, அவரும் கண்டிப்பா பேசுவார், அவருக்கு உங்களை தெரியாதா? "

" வேண்டாம் வித்யா.. என்னால அவனுக்கு நிறைய காயம்.. அவன் இப்படி பொண்டாட்டி குழந்தைன்னு சந்தோசமா இருக்கிறது போதும். அனு பத்தி சொல்-லேன்.. "

" அனு அண்ணி பக்குவமான பொண்ணு, ரெண்டு பேரும் மேட் ஃபார் ஈச் அதர். இன்னிக்கி டின்னர் அப்போ ரெண்டு பேரும் உங்களை தான் கிண்டல் பண்ணி சிரிச்சாங்க தெரியுமா? "

" என்ன தைரியம் அவனுக்கு என்னை கிண்டல் பண்ண? நீயும் கேட்டு சிரிச்சு-ருக்க இல்ல..? "

" விஜய் சொன்னா நீங்களும் தான் சிரிப்பீங்க.. கேளுங்க.. "

அனு சொன்னதை எல்லாம் வித்யா விஜய்யிடம் கூற, அவனும் கேட்டு சிரித்து இருந்தான்.

" ரெண்டும் வாலுங்க.. " விஜய் புன்னகையுடன் முணுமுணுக்க, வித்யா கை விரித்து அழைக்கவும் அவளின் கைகளுக்குள் நிம்மதியாய் அடைக்கலமாகி உறக்-கத்தை தழுவி இருந்தான்.

காலையில் அனு எழுந்து பார்க்க, சத்யா அவளின் கைப்பிடித்து அமர்ந்தவாக்கில் கட்டிலில் தலை வைத்து உறங்கி இருந்தான். அனு மெல்ல அவன் கையை விட வியாஷ் எழுந்து இருந்தான். மீமீ என தேடி அவளை கட்டிக்கொண்டவன், அவளை விட்டு கட்டிலின் கீழ் பார்க்க அங்கே அவனின் தகப்பன் இல்லாது போக,

" மீமீ பாபா எங்க? " சிறுவன் கேட்டதும், அவனை தூக்கி அவளின் இடதுபுறமாக காட்ட, சத்யா அமர்ந்தவாக்கில் கண்ணுறங்கி கொண்டு இருக்க, மெல்ல அவன் கன்னத்தில் முத்தம் வைத்தான். ஒன்று, இரண்டு, மூன்று, நான்கு.. நான்காம் முத்தத்தில் கண்களை திறந்தவன் மெல்ல கழுத்தை பிடித்துக்கொண்டு எழுந்து மகன் முகம் பார்த்து புன்னகைக்க, அவன் மடிக்கு தாவி இருந்தான்.

" நான் தூங்கினதும் பெட்ல படுத்து இருக்கலாம் இல்ல மயிலு.. கழுத்து பிடிச்சு இருக்கும். நீ ரெஸ்ட் எடு.. நாளைக்கு வெளிய போவோம்."

" அதெல்லாம் பெருசா வலி ஒன்னும் இல்லடி கியூடி பை.. நீங்க ரெண்டு பேரும் ரெடியாகுங்க அது வரைக்கும் நான் ரெஸ்ட் எடுக்கிறேன். "

" வெளிய போறோமா? " யாஷ் கண் விரிந்து ஆவலாக கேட்க,

" ஆமா ஷாப்பிங் போறோம். அப்புக்குட்டிக்கு பொம்மை வாங்கிட்டு வரலாம்."

" பாபா ஜிஷ்ணுக்கும் பொம்மை.. "

" அவனுக்கும் தான்.. "

" இப்படி குழந்தையாவே இருந்து இருக்கலாம் பேபி.. "

" ஆ.. காலையில சோக சீன் ஓட்டாம போய் குளிடி என் சீனிக்கட்டி.. "

அனுவும் அப்புவும் குளியல் அறைக்குள் செல்ல, சத்யா கீழ் உள்ள படுக்கையை மடித்து வைத்து, டாக்சிக்கு அழைத்து சொல்லி விட்டு, கழுத்துக்கு தலையணையை கொடுத்து படுத்து கொண்டான்.

குளியலறையும் க்ளோசெட் என கூறும் உடை மாற்றும் அறையும் ஒன்றாய் இருக்க, அனுவும் அப்புவும் தண்ணீரில் ஆடி, விளையாடி, குளித்து, உடை மாற்றி வர, சத்யா இங்கே உறக்கத்தில் இருந்தான். வியாஷ் அவனை எழுப்பி விட கழுத்தை அசைத்து கொடுத்து விட்டு குளிக்க சென்றான். காலை மணி எட்டை தொட்டிருக்க, மூவரும் கிளம்பி கீழே வர, அவனை சிவா அழைத்தார்.

" சொல்லுங்க பா.. "

" சத்யா நான் டெல்லி போகனும் நந்தா கூட போய்ட்டு வரேன் வந்து சொத்து விஷயத்தை பேசலாம். அப்பா வர வரைக்கும் பொறுமையா இங்கயே இருக்கனும் சரியா? உனக்கு துணையா நந்தா பையன் வாஞ்சிநாதன் இங்க இருப்பான். அவன்கிட்ட சொன்னா உனக்கு தேவையான உதவியை செய்வான்."

" அத்தை வராங்களா ப்பா.. இன்னிக்கி? "

" ராத்திரி வந்துடுவா.. நீ எதும் பேசாத.. என் நிலைமை உனக்கு புரியும் நினைக்கிறேன். "

" என்னால யாருக்கும் எந்த பிரச்சனையும் வராது பா நிம்மதியா போய்ட்டு வாங்க. காத்துதிருக்கேன். அப்புறம் அப்பா நாங்க கோவைக்கு போறோம் அனுக்கு ஷாப்பிங் பண்ணனுமாம்."

" போய்ட்டு வாங்க.. டேய் நந்தா இங்க வா.. சத்யா கையில் என் கார்டை கொடு. அவனுக்கு எக்ஸ்யூவி காரை எடுக்க சொல்லு.." சிவா பரபரப்பாக கூற,

" காசு, கார் எதும் வேண்டாம் பா.. என்கிட்ட இருக்கு.. " சத்யா கூறவும் மகனின் முகத்தையே சிவா பார்க்க,

" பிளீஸ் பா.. எதும் தப்பா யோசிக்காதீங்க.. சாரி பா.. " சத்யா மீண்டும் மீண்டும் அதையே கூற, சிவா அமைதியாய் அமர்ந்திருக்க, அப்பு அவர்களின் அருகில் வந்து தாத்தனின் கன்னத்தில் முத்தம் வைக்க, பேரனை கண்டதும் அவருக்கு கவலைகள் ஓடிப்போக, அவரும் பேரனுக்கு முத்தம் கொடுத்து புன்னகைக்க, அவனுக்கு இவரும் முத்தம் வைக்க, பேரன்கள் இருவரையும் கொஞ்சி விட்டு அனுவிடமும் கூறிவிட்டு கிளம்பி இருந்தார்.

இவர்களும் கிளம்ப வாசல் வரவும் ஜிஷ்ணு வந்து வியாஷ் முன் நிற்க, வியாஷ் தகப்பனை பார்க்க, ஜிஷ்ணு வியாஷ் தன்னுடன் இருக்க
வேண்டும் என அடம் பிடிக்க, வெளியே செல்கிறோம் என்று கூற
அவனும் வருகிறேன் என கூறி அடம்பிடிக்க, அனு ஜிஷ்ணுக்கு சமாதானம் சொல்ல, அவனோ அழ, சத்யா அவனை மடியில் அமர்த்தி,

" என் பப்புக்குட்டி சமத்து தானே? அழாம அமைதியா வீட்டுல இருப்பியாம். மாமா உனக்கு பொம்மை வாங்கிட்டு வருவேன்னாம்.."

" எனக்கு அப்பு தான் வேணும்.." சத்யா வியாஷை விட்டு செல்ல யோசிக்க, அனுவும் தயங்க, அப்போது அங்கு வந்த விஜய் அனைத்தையும் பார்த்துவிட்டு வித்யாவின் காதில் எதோ சொல்ல, அண்ணனை நோக்கி வந்தாள்.

" அண்ணா அப்புவை விட்டு போ, நான் கவனமா பார்த்துக்கறேன்."

" அது அத்தை வந்துருவாங்கன்னு சொன்னார் அப்பா.. அவங்க முன்னாடி இவன், தேவை இல்லாத பிரச்சனை எதும் வேண்டாமே? "

" ராத்திரி தான் அண்ணா அத்தை வருவாங்க. அதுக்குள்ள நீ வந்துரு.. அப்புவை உன் கைக்குள்ள வெச்சுக்க.. "

" இல்ல வித்யா அவன் நாங்க இல்லாம தனியா இருக்க மாட்டான். நம்ம போ வேண்டாம் சத்யா இங்கேயே இருப்போம்.." அனு கூறவும்,

" ஏன் நாங்க எல்லாம் மனுஷங்க இல்லையா இங்க? இத்தனை பேரை நம்பி விட்டுப்போக மாட்டீங்களா? " விஜய் கோவமாக அனுவை பார்த்து கேட்க,

" ஏற்கனவே ஒரு கண்ணாடி பாத்திரத்தை உங்க கையில கொடுத்து, அதை நீங்க உடைச்சு போட்ட அப்புறம், எப்படி உங்களை நம்பி இன்னொரு பாத்திரத்தை தருவேன் சொல்லுங்க? முன்ன உடைஞ்சதே இன்னும் சரியாகல.." அனு கூறவும் சட்டென விஜய் கண் கலங்கி போக, சத்யா அனுவை பார்க்க,

" சாரி பேபி.. " அனு கூறிவிட்டு ஹாலை தாண்டி வெளி வராண்டாவில் போய் அமர்ந்து கொண்டாள். சத்யா மகனிடம் சென்றவன் அவன் அருகில் முட்டி போட்டு அமர்ந்து,

" வியாஷ் குட் பாய் தானே? பாபாவும் மீமீயும் வர வரைக்கும் சமத்தா மாமா கூடவும் அத்தை கூடவும் இருப்பீங்களா? "

" நானும் வரேன் ஷாப்பிங்.. " பாவம் சிறுவன் என்ன செய்வான்?

" ஜிஷ்ணு உன் பிரெண்ட் தானே? அவ அழுரான் பாரு உனக்காக, அவனை தனியா விட்டு வர போறியா? " சத்யா மீண்டும் கேட்க,

ஜிஷ்ணு முகத்தை பார்த்தவன், இரு நொடி அமைதியாக நிற்க, பின் மெல்ல தலை நிமிர்ந்து கூறினான்

" ட்ரெஸ் மாத்தி விடு பாபா.. நான் ஜிஷ்ணு கூட விளையாட போறேன்." மகன் சொன்னதை கேட்டு சத்யா மகிழ்ச்சியில் அவன் கன்னத்தில் முத்தம் வைத்து, அறைக்குள் சென்றவன் அவனுக்கு என உடையை எடுத்து வந்தான். அப்புவை தூக்கிக்கொண்டு விஜயை நோக்கி வந்தவன் மகனை அவன் கையில் கொடுக்க, விஜய் முகத்தில் புன்னகை வர, மகன் கையில் ஆடையை கொடுத்து,

" ட்ரெஸ் உன் மாமா மாத்தி விடுவான். பாபா மாதிரியே உன்னை நல்லா பார்த்துப்பான். எதுவா இருந்தாலும் மாமாகிட்ட கேளு சரியா? " சத்யா சொல்ல சரியென மகன் சொல்லவும் அனுவை நோக்கி வந்தான்.

" ஒய்.. சில்வண்டு.. வா போலாம்.. "

" அப்பு இல்லாம நான் வர மாட்டேன்."

" இப்ப தான் ஒரு பாப்பாவை சமாதானம் பண்ணேன். அடுத்து ஒரு பீப்பா இங்க அடம் பிடிக்குது. எழுந்திரு டாலு.."

" யாருடா பீபா? இந்த அனு ஹாசினி அழகி டா "

" ஆமாங்க அழகி.. வாங்க டாக்சி வந்தாச்சு.. "

சத்யா அவளை கைப்பிடித்து அழைத்து செல்ல, அனு அவனோடு கோவைக்கு கிளம்பி இருந்தாள்.

இங்கே விஜய் அப்புவை வித்யா கையில் கொடுத்து விட்டு அறைக்குள் சென்று இருந்தான். என்ன முயன்றும் கண்ணீர் இமை தாண்டியிருந்தது. என்ன செய்து விட்டான் இந்த சத்யா? அனு சொன்னதை போல இல்லை என எத்தனை அழகாய் செயலில் பதில் கூறி இருக்கிறான்?

என்னை நம்பி அவன் மகனை கையில் கொடுத்து நம்பிக்கை போகவில்லையென, என்னை போலவே உன்னை இவனும் தாங்குவான் என சொல்லி நீயும் நானும் ஒன்று தான்னென மறைமுகமாக செய்தி கூறி சென்று இருக்கிறான். இவனை தானே விலக்கி வைத்தேன்? இவனை தானே துரோகி என்றேன்? இவன் நட்பை தானே அசிங்கம் என்றேன்? ஆனால் இப்போதும் அவன் எனக்கு கொடுத்தது என்ன? அன்பு. விஜய் மௌனமாக அமர்ந்திருக்க, அவன் கன்னத்தில் அழுத்த-மாய் பதிந்தது வியாஷின் இதழ்கள். ஒற்றை கன்னத்து முத்ததிலேயே அனைவ-ரையும் கட்டி இழுத்து விடுகிறான் இந்த அப்புக்குட்டி.

" மாமா.." அப்பு அழைக்கவும் அவனை அள்ளி மடியில் போட்டு கொண்டான் விஜய். மகனும் அவன் மாடிக்கு வர இருவரையும் அமர வைத்து அவர்களோடு கார்ட்டூன் பார்க்க தொடங்கி இருந்தான். வித்யா அறையை எட்டிப் பார்த்து புரு-வம் தூக்கி கிண்டல் செய்து சிரிக்க, விஜய் குட்டி தலையணை எடுத்து வீச, சிரிப்புடன் ஓடி இருந்தாள்.

சிறிது நேரம் டிவி பார்த்தவர்கள் எழுந்து வெளி வராண்டாவில் விளையாட போக கோகிலாவும், ஜோதியும் அங்கே அமர்ந்து கீரை கிள்ளி கொண்டு இருக்க, தேன்மொழி வாழைப்பூவை சுத்தம் செய்து கொண்டு இருந்தாள். சத்யா வீட்டில்

இல்லை என்றதும் அறையை விட்டு வெளியே வந்தாள் அன்புச்செல்வி அவனின் மகனை காண எழுந்த ஆவலில் வெளியே வர, கோகிலா அப்புவை அழைத்து மடியில் அமர்த்தி வீட்டில் உள்ள பெண்களை எல்லாம் அறிமுகம் செய்து வைக்க, சித்தி, அத்தை என உறவுகள் படித்தான்.

" சரி அப்பு வீட்டில் யார் எல்லாம் இருக்காங்க? " வித்யா கேட்க,

" நானும் பாபாவும்.."

" வேற யாரும் இல்லையா? "

" இல்ல.. "

" அனு உனக்கு யாரு? "

" மீமீ "

" என்னடி சொல்றான் இவன்? அவன்கிட்ட தெளிவா கேளு வித்யா.."

" உன் மீமீ உன்னோட, உங்க வீட்டில் இல்லையா? "

" மீமீ அவங்க வீட்டில் இருப்பாங்க."

" மீமீ தானே உன்னோட அம்மா? "

" ஆமா "

" என்னடி இவன் தெளிவா குழப்புறான்? "

" அத்தை.. சின்ன பையங்கிட்ட போய் இதெல்லாம் கேட்டா அப்படி தான் பதில் சொல்வான். உங்க மகன்கிட்ட கேளுங்க என்னடா இதெல்லாம்னு? " விஜய் கூறவும்,

" எனக்கு அந்த அனு மேல ஒரு பிடிப்பு வரல விஜய். அவங்களை பார்க்க புருஷன் பொண்டாட்டி மாதிரியே தெரியல. முக்கியமா சத்யா சொன்ன தான்

எதையும் அப்பு கேக்குறான். அனுவை அவன் தேடுறதே இல்ல. இந்த சத்யா எதையும் மறைக்கிறானா? " ஜோதி கூற,

" என்ன அத்தை.. அவன் இருக்கிற இடம் லண்டன்.. அங்க ஆணும் பொண்ணும் குழந்தை ஒரே மாதிரி தான் பார்ப்பாங்க. அவங்க கலாச்சாரம் வேற.. நமக்கு வேற.. அப்புவை அந்த ஊர் வழக்கப்படி வளர்த்து இருக்காங்க. அப்படி தான் ரெண்டு பேரும் வாழ்வாங்க போல, அவ்ளோ சந்தேகம் இருந்தா சத்யாவை கேளுங்க.."

" அக்கா சொல்றது சரிதான் வரட்டும் கண்டிப்பா கேட்கனும். அவ கழுத்துல தாலி இல்ல. அப்பு சத்யா ஜாடையும் இல்ல, அனு ஜாடையும் இல்ல. கேட்டா அனு அப்பா மாதிரின்னு சொல்றான். கல்யாண ஃபோட்டோ காட்டு சொன்னா பதில் கிடைக்கும்." கோகிலா முடிவாக கூறவும்,

" அச்சோ கோகிமா.. வந்து ரெண்டு நாள் கூட முழுசா ஆகல அதுக்குள்ள எவ்ளோ சந்தேகம் உங்களுக்கு? " வித்யா கேட்க,

" எட்டு வருஷமா அவன் நம்ம கூட இல்ல தான் அதுக்காக எப்படியோ போகட்டும் விட முடியுமா? எல்லாம் சரியா இருந்தா எங்களுக்கும் சந்தோசம் தான். " ஜோதி கூற, அனைவரும் அவரின் கூற்றை சரியென ஏற்றுக் கொண்டனர்.

7

கோவையில் பிரபல வணிக வளாகம் ஒன்றில் நுழைந்தவர்கள் முதலில் அப்புவுக்கு பொம்மை, இனிப்புகள், கொஞ்சம் அவனுக்கான உணவு என வாங்கியவர்கள், பின் அனுவுக்கு ஆடை எடுக்க, சத்யா அவளுக்கு என தேர்ந்து எடுத்து கொடுக்க, அப்புக்கு சில ஆடைகளும் அவனுக்கு என ஒ மெரூன், அடர் பச்சை நிறத்தில் இரு பட்டுச்சட்டையும் எடுத்துக் கொண்டான்.

" எதுக்கு அம்மு பட்டுச்சட்டை? "

" எதாவது இந்தியன் ஃபேமிலி வீட்டு விழாவுக்கு போனா போட்டு போக தான். "

" அப்போ நானும் பட்டுப்புடவை எடுக்கவா? "

" ஓ எடுக்கலாமே.. நானே எடுத்து தரேன் டியர் வா.. "

" பொன்னுக்குட்டி வீட்டுல உள்ள எல்லாருக்கும் எடுப்போமா? "

" ம்ம்.. எனக்கு தோணவே இல்ல பாரு.. வாங்குவோம் ஹனி வா.."

இருவரும் பிரபல பட்டுக்கடைக்குள் செல்ல, வித விதமாக பட்டை பார்க்க அனு முகத்தில் மகிழ்ச்சி,

" பொண்ணுகளுக்கு பட்டுப்புடவை மேல அப்படி என்ன ஆசையோ, கண்ணு விரியுது பாரு என் அம்முக்கு.. "

" பட்டுப்புடவை எல்லாம் எப்பவும் வாங்க மாட்டோம், அடிக்கடி கட்டவும் மாட்-

டோம். விஷேசம் வந்தா தானே பட்டு? அப்போ அதில் சந்தோசமும் இருக்கும் தானே? அதே போல ஒரு பொண்ணுக்கு பட்டுப்புடவை எடுத்து தரது அப்பாவும், அண்ணன் தம்பியும், புருஷனும் தான். மத்த சிலரும் எடுத்து தரலாம்.. ஆனா அதிகமா இவங்க தான் தருவாங்க, அவங்க தர பட்டில் அன்பு இருக்கும். சோ எல்லா பொண்ணுக்கு பட்டுப்புடவை ஸ்பெஷல் தான் எப்பவும்.. "

" அழகுடி குட்டிமா.. உனக்கு ரெண்டு புடவை எடுத்துக்கோ, வெயிட் அதிகம் சேர்க்காத, லண்டன் தூக்கிட்டு போக முடியாது.. "

இருவரும் பட்டை எடுக்க, அனு தேர்ந்து எடுத்த புடவையை அருகில் இருக்கும் இன்னொரு பெண் கேட்க, அனு ஒரு நிமிடம் தயங்க,

" எனக்கு அடுத்த மாசம் கல்யாணம் சிஸ்டர். அவரோட சட்டை நிறத்தில் இருக்கு அந்த பட்டு, கொடுத்தா எனக்கு உதவியா இருக்கும். பிளீஸ்.. " அந்த பெண் கேட்கவும், அவளின் அருகில் இருந்த அவனும் கேட்டான்.

" கொடு செர்ரி நம்ம வேற எடுத்துப்போம். " சத்யா காது கடிக்க, அவர்களின் கையில் புடவையை கொடுத்து இருந்தாள். அவர்கள் நன்றி சொல்லி வாங்கி கொள்ள, சத்யாவும் அனுவும் அவர்களை வாழ்த்தி இருந்தனர். அவர்கள் வேறு பக்கம் செல்ல அனு சில நிமிடம் கடந்து செல்லும் அவர்களையே பார்க்க,

" ஏய் கன்னுக்குட்டி எதையும் யோசிக்காத டி "

" எனக்கும் அந்த பொண்ணு மாதிரியே வெக்கப்பட்டு சிவந்து, ரகசியமா கண்ணுல பேசி, கை தொட்டு, தோள் உரச ஒன்னா நடந்து, ம்ம்.. பார்க்கவே ஆசையா இருக்கு செல்லம்.. "

" அப்ப இங்க இருந்து போறதுக்குள்ள ஒரு பையனை பிடிச்சிடு, அவனை உனக்காக கடத்திட்டு போய்டுவோம்.."

" போடா.. " அனு சலிப்பாக சொல்ல,

" மீனுக்குட்டி புடவை எடுமா, அப்பு தனியா இருப்பான். எனக்கு வேற பசிக்குது.. சீக்கிரம் வீட்டுக்கு போலாம்.. "

அப்பு என்னும் மந்திர சொல் அவளை புடவையில் கவனம் செலுத்த வைக்கவும், பெண்கள் அனைவருக்கும் இவள் எடுக்க, இவளுக்கு மட்டும் சத்யா எடுத்தான். பில் தொகை செலுத்தி, உண்ண கடைக்கு சென்றனர். சத்யா சைவம் உணவாக கூற, அனு அசைவம் சொல்ல என கூறவும்,

" பட்டு எடுத்துட்டு கறி தின்ன கூடாது குரங்குகுட்டி.. நல்ல நாளுக்கு கட்டுறது இல்லையா சோ வேண்டாம். "

இருவரும் உணவை முடித்து இனிப்பு உண்ணும் நேரத்தில் கேட்டது ஒரு அதட்டல் குரல், ஒரு ஆண் ஒரு பெண்ணை காதில் கேட்க சகிக்காத வார்த்தைகளில் வசைமாரி பொழிந்து கொண்டு இருந்தான். அனு ஹாசினியின் கண்கள் கலங்க, சத்யா அவளின் கைப்பிடிக்க,

" போலாம் சத்யா.. என்னால முடியல.. பிளீஸ்.. " அவளின் பிளீஸ் என்ற உச்சரிப்பு முடியும் முன் நகர தொடங்கி இருந்தனர் இருவரும். அவளை டாக்சியின் உள்ளே அமர சொல்லிவிட்டு இவன் பில் செலுத்தி வர, இல்லம் நோக்கி கிளம்பி இருந்தனர்.

காரில் அமர்ந்து இருந்தவளுக்கு பழைய நினைவுகள் எல்லாம் அழுத்தியது. அனு ஒரு சென்னைவாசி. சென்னையின் நவநாகரீக பெண் கட்டிட கலையின் மீது அவளுக்கு ஆவல் வர காரணம் அவளின் அப்பா ஜெயமோகன். அவரும் ஒரு கட்டிடகலை பொறியாளர். அவளுக்கு ஒரே தம்பி ஹரிஷ் பன்னிரெண்டாம் வகுப்பு, குடும்ப தலைவியாக அம்மா என அழகிய குடும்பம். இளங்கலை முடித்த மகள் மேல் படிப்புக்கு லண்டன் செல்ல வேண்டும் என்று கூற, அவளை திருமணம் முடித்து மாப்பிள்ளை உடன் அனுப்பி வைக்க வேண்டும் என்ற முடிவில் அவளுக்கு என தகப்பனாக அவர் பார்த்த மாப்பிள்ளை தான் அவினாஷ்.

லண்டனில் ஐடியில் வேலைப்பார்க்கும் அவனுக்கும் பெரிதாய் குறை ஒன்றும் இல்லை. திருமணம் முன்பு வரை, அல்லது அவனின் குறைகளை கண்டுபிடிக்க தெரியவில்லை என்று கூட சொல்லலாம். தகப்பன் பார்த்த வரன் என அனு மறுப்பு எதுவும் சொல்லாது ஏற்றுக்கொண்ட போதும், ஏனோ அவனிடம் இவளுக்கு ஒட்டுதல் ஏற்படவில்லை.

திருமணம் முடிந்து ஒரு மாத வாழ்வு இனிதாய் சென்றாலும், அவனிடமும் அவளுக்கான ஈடுபாடு எதுவுமில்லை. இருவருமே தேவைக்கு பேசிக் கொண்ட-

தோடு சரி. லண்டன் வந்து இவள் கல்லூரி சேர, அங்கு சீனியராய், நண்பனாய் கிடைத்தவன் தான் சத்யா. இருவரின் விருப்பு வெறுப்பு, பாடம், மொழி, நாடு என ஒற்றுமை இருக்க பெரிய முயற்சிகளும் எதுவும் இல்லாமலே இயல்பாய் நட்பு பூத்து இருந்தது.

வீட்டில் கடமைக்கு என கணவன் இருக்க, அவனோடு எந்த தொடர்பும் இல்லாத திருமண வாழ்க்கை சலிப்பை கொடுத்தது. ஆண் அவனே நெருங்கி வரவேண்டும் என யோசிப்பது முட்டாள்தனம் என ஒரு கட்டத்தில் எண்ணி, அவளே அவனோடு நட்பாக நெருங்க முயற்சி செய்தாள். அப்படி ஒரு நாளில் தான் அவனின் சுயரூபம் அவளுக்கு தெரிய வந்தது.

அவனுக்கு பெடோபிலியா என கூறும் ஒருவகை மனநலக் கோளாறு. பருவம் முதிர்ந்த அல்லது முதிராத பருவ வயது குழந்தைகள் மீது வரும் பாலியல் ஈர்ப்பு அவனுக்கு, அடிக்கடி அவள் இல்லாத நேரத்தில் பதினான்கு வயது உடைய ரோசெல் இல்லம் வந்து செல்வது அவளுக்கு தெரியாது. அன்று கல்லூரியில் வகுப்பு சீக்கிரம் முடிய, சத்யாவுடன் கூட பேசாது வெறும் குறுஞ்செய்தி அனுப்பி விட்டு கணவனை காண இல்லம் வந்து இருந்தாள்.

திறந்து இருக்கும் கதவு அவளுக்கு ஆச்சரியம் கொடுக்க, அவினாஷின் அலுவலக அறையில் இருந்து எதோ சத்தம் வர, எட்டிப் பார்த்தாள். பார்த்தவளுக்கு உயிர் நின்று போனது ஒரு நொடி, ரோச்செல் ஆடையின்றி நிற்க, அவளை அவினாஷ் படம் எடுத்துக்கொண்டே புணர்ந்து கொண்டு இருந்தான்.

சின்ன பெண் அவள், புணர்ச்சி என்பதை சரியாய் உணராத வயதில் அவனின் கீழே வலியில் துடிக்க, இவனோ அதை ரசித்துக்கொண்டே புணர, கை நடுங்க அதை ஒரு புகைப்படம் எடுத்தவள், காலில் கிடந்த செருப்பை எடுத்து கொண்டு அறைக்குள் போய் அவனை செருப்பால் அடித்து இருந்தாள். எங்கிருந்து வந்தது அந்த வெறியென அவளுக்கு தெரியவில்லை. அவனை கை வலிக்க அடித்து ஓய்ந்திருந்தாள்.

ரோசெல் பயந்து விலக, அவளை ஹாலில் அமர சொல்லி உடைகளை எடுத்துக்கொடுத்தாள். அவினாஷ் எதையும் எதிர்பார்க்காததால் கொஞ்சம் தடுமாறி பின் சுதாரித்து கொண்டான்.

" என்னடி பிரச்சனை உனக்கு? என்னை செருப்புல அடிக்கிற அளவுக்கு ஆகி-

டுச்சு இல்ல? போடி என் வீட்டை விட்டு வெளிய.. " கோவத்தில் இரைந்தான் அவினாஷ்..

" ஒரு சின்ன பொண்ணை போய் இப்படி பண்ணிட்டு இருக்க அசிங்கமா இல்ல.. "

" இல்ல.. எனக்கு சின்ன பொண்ணுகளையும் பசங்களையும் தான் பிடிக்கும். உன் மாதிரி வளர்ந்த யார் கூடவும் எனக்கு உணர்வுகள் வராது. புரியுதா? எனக்கு சின்ன பொண்ணுங்க தான் சுகம், சொர்கம் எல்லாம். ரோசெல் என்னோட விரும்பி தான் புணர்வில் இருந்தா, பதினாலு வயசில் இது இங்க சகஜம். அதனால உன் வேலையை பார்த்துட்டு போ.. இல்ல.. என் வீட்டை விட்டு வெளிய போ.. " அவன் சொன்ன விதத்திலும் விஷயத்திலும் அனு நொறுங்கி போய் இருந்தாள். புரிதல், நட்பு இல்லை என்று தானே இவள் நினைத்தால்? மனம் தளர புத்தி விழித்து கொண்டது.

" நான் எதுக்கு வெளிய போகனும்? தப்பு செஞ்சது நீ.. என்னை மிரட்டுட்டு இருக்கியா? நான் வீட்டுல சொன்னா என்னாகும் தெரியுமா? " அவளின் வீடு என்ற வார்த்தை அவனை எச்சரிக்கை செய்ய,

" ஹேய்.. அனு.. என்ன பாரு.. சாரி.. வீட்டுக்கு எல்லாம் இதை கொண்டு போக வேண்டாம். நான் எதோ புத்தி கெட்டு போய் இந்த மாதிரி.. இனி சத்தியமா செய்ய மாட்டேன். இதை யாருக்கும் சொல்லாத பிளீஸ்.. " அவினாஷ் கெஞ்ச,

" இது பெரிய தப்பு அவினாஷ்.. அவ தெரிஞ்சே வந்து இருந்தாலும் உன்னை விட சின்ன பொண்ணு இல்ல? அவளை போய்.. வீட்டுக்கு தெரிஞ்சா அசிங்கம் மட்டும் இல்ல. அத்தையும் மாமாவும் உன்னை நினைச்சு என்னாவாங்க சொல்லு? நான் உன்னோட வாழ பல கனவில் இருக்கேன். நமக்கு இது வேண்டாம்."

" வேண்டாம் அனு.. புரியுது இனி தப்பு பண்ண மாட்டேன். இந்த ஒரு முறை மன்னிச்சிடு என்ன.. பிளீஸ்.. இதை மறந்து புதுசா வாழ்க்கையை தொடங்குவோம்." அவினாஷ் கேட்கவும் சரியென கூறி இருந்தாள்.

மனநலம் பாதிக்கப்பட்ட அவனின் நிலை அறியாது அனு அவன் பேச்சை கேட்டு அமைதியாய் ரோசெல்லை அனுப்பி விட, அவினாஷ் சிரித்துக்கொண்டான். அன்று இரவு அவளுக்கு என காக்டெய்ல் தயார் செய்தவன் அதில் அவளுக்கு

மயக்க மருந்து கொடுத்து இருந்தான்.

அனுவோ நண்பனிடம் எதையும் மறைக்காதவள், படத்தை சத்யாவின் மின்னஞ்சலுக்கு அனுப்பி, அதனோடு இன்று நடந்த பேச்சு வார்த்தையையும் அனுப்பி வைத்து இருந்தாள். சத்யா அன்று வேறு வேலையில் அதை பார்க்காது விட்டு இருக்க, அடுத்த நாள் காலை அனு எழ முயல அவளால் நகரமுடியவில்லை. கை கால்கள் கட்டிலில் கட்டி இருக்க, வாயையும் அடைத்து இருந்தான். அவளின் அலைபேசி லேப்டாப் அனைத்தும் அவனின் கையில், தப்பிக்க வலி இல்லாது செய்து இருந்தான்.

" நான் சின்ன வயசில் இருந்தே இப்படி தான் அனு.. எனக்கு என்னை விட சின்ன பொண்ணுங்க, பசங்க மேல காம ஈர்ப்பு. ஏன்னு தெரியலை இதான் பிடிச்சு இருக்கு. நான் சந்தோசமா இருந்தேன்டி, ரோச்செல் எப்படிப்பட்ட பொண்ணு தெரியுமா.. அவ முன்னாடி என்னை.. தப்பு இல்ல நீ செஞ்சது? உனக்கு இதான் தண்டனை.. உன்னை கொன்னு போட்டு நீ காணாம போய்ட்டேன் சொல்லிடுவேன்."

" நான் உன்னோட வாழனுமா? என் மூச்சு காத்து கூட உன் வயசு உள்ள பொண்ணுகளை தொடாது.. உன் கற்புக்கு எந்த பாதிப்பும் இல்ல. ஆனா என்னோட வாழ உன் உடம்பும் உயிரும் வேணுமில்ல? அதை அழிக்க போறேன். என் விருப்பம் போல.. " அவினாஷ் சொல்லி சிரிக்க அனு பயந்து அழ, அவளின் கால்களுக்கு பெல்டை வைத்து அடி கொடுத்தான். வாய் விட்டு கதற கூட முடியாத நிலையில், அனு வலியில் துடித்து இருந்தாள்.

இதை எதையும் அறியாத சத்யா தோழிக்காக அன்று காத்திருந்து, வகுப்புகளை கவனித்து, தனியே தன்னை சுற்ற விட்டதற்கு அவளை திட்டி, மெல்ல இல்லம் வந்து சேர்ந்த பின் அவளோ அழைக்க, அலைபேசி அணைத்து இருப்பதாக தகவல் வரவும் நாளை கல்லூரியில் பார்த்து கொள்வோம் என்று விட்டு விட்டான்.

அடுத்த நாளும் தோழி வராதது அவனுக்கு உறுத்தல் கொடுக்க, அவனுள் கவலை சூழ்ந்தது. பொதுவாய் திருமணமான பெண் அவளை சத்யா அடிக்கடி அலைபேசியில் அழைத்து பேசுவதோ, அவளின் இல்லத்திற்கு செல்வதையோ செய்தது இல்லை. இன்று பல முறை முயன்றும் அவளின் அலைபேசி உயிர்ப்பெறவில்லை. கவனம் வகுப்பில் இல்லாது போக, மெல்ல அலைபேசியை ஆராய்ந்து கொண்டு இருக்க, அவளின் மின்னஞ்சல் வந்து படிக்க மறந்ததை மூளை நினை-

வுக்கு கொண்டு வரவும் அதை திறந்து பார்த்தவன் அதிர்ந்து போய் இருந்தான். கணவன் மனைவி இருவருக்கும் சண்டை போல அதுதான் தோழி வரவில்லை என முடிவு செய்து கொண்டான். அன்றும் மனதிற்கு சமாதானம் சொல்லி கடந்து இருக்க, மூன்றாம் காலையில் எழுந்ததுமே அனுவை பார்க்க வேண்டும் என தோன்ற, கிளம்பி அவளின் இல்லம் சென்றான். அழைப்பு மணி கொடுக்க அவி-னாஷ் தான் கதவை திறந்தான்.

சத்யா இன்முகமாக பேசி, அனுவை பற்றி கேட்க, அவள் வீட்டுக்கு வந்து இரு நாட்கள் ஆகிறது என பொய் கூறினான் அவினாஷ். சத்யா அந்த நொடியே அதிர்ந்து இருந்தான். எதாவது நண்பர்கள் வீட்டுக்கு சென்று இருப்பாள். வந்த-தும் தகவல் தருகிறேன் என அவினாஷ் கூறவும் சத்யா விடைபெற்றுக் கொள்ள, அவினாஷ் உள்ளே சென்று அவளை சத்யாவுடன் தகாத உறவில், முறையில் அசிங்கமாக திட்டி அவளை மீண்டும் மீண்டும் அடிக்க, அவளின் உயிர் சீக்கிரம் போய் விடுவேன் என்று கூற மயக்கமாகி இருந்தாள்.

சத்யா காவல் நிலையம் சென்று அனுவின் மின்னஞ்சல் காட்டி, விவரத்தை சொல்ல, அனுவின் வீட்டை சுற்றி போலீஸ் வர, அவினாஷ் தப்பிக்க முயல, போலீஸ் அவனை மடக்கி பிடிக்க, சத்யா அவளை தேடி, அவர்களின் படுக்கை அறை கண்டு அங்கே செல்ல, அனுவை பார்த்தவனோ ஐயோ என கதறி இருந்-தான்.

8

சத்யா உடல் நடுங்க, கண் கலங்கி மருத்துவமனையில் அமர்ந்து இருந்தான். தீவிர சிகிச்சை பிரிவில் உயிருக்கு ஆபத்தான நிலையில் உள்ளே அவனின் உயிர் தோழி மயங்கி கிடந்தாள். மருத்துவர்கள் அவளின் நிலை மோசம், சீராக வாய்ப்புகள் குறைவு என்று கூறிவிட, வார்த்தையில் சொல்ல முடியாத வேதனை அவனுக்குள்.

மூன்று நாளும் நரக வேதனை கண்டு இருக்கிறாள். எப்படி தாங்கினாலோ இத்தனை வலியை, நான் வருவேன் என நம்பி இருப்பாளோ? அவளின் மின்னஞ்சலை அன்றே கண்டிருந்தாள் ஓடி வந்து இருப்பேனோ? சத்யாவின் அழுகை பெரிதாக, இருக்கும் இடத்தை மனதில் வைத்து வாய் மூடி அழுது இருந்தான்.

அவளை தேடி அவன் அறைக்குள் சென்ற போது உடலில் உள்ள ஆடைகளில் இரத்த கறையோடு, கை கால் எல்லாம் கன்றிபோய், வீங்கி, சுயநினைவின்றி, கட்டிலில் கிடந்த அனுவை கண்டு உயிரை வரை துடித்து போனான் சத்யா. அவனின் அலறலை கேட்டு அங்கு வந்த காவல் துறை அதிகாரிகள் ஆம்புலன்சில் அவளை ஏற்றி அனுப்ப, சத்யாவும் அவளோடு மருத்துவமனை வந்து இருந்தான்.

ஒரு நாள் முடிந்து போய் இருந்தது, இன்னும் கண் திறக்காத அவளை நினைத்து வாடிப்போய் பசி, தூக்கம் மறந்து தீவிர சிகிச்சை பிரிவின் முன்னே தவமிருந்தான். அவளின் அப்பாவும் அம்மாவும் வந்து சேர, சத்யா அவர்களுக்கு விவரத்தை சொல்ல, அனுவின் தாயோ மயங்கி சரிந்தார். அவரை அங்கேயே சேர்த்துவிட்டு மீண்டும் தீவிர சிகிச்சை பிரிவில் வந்து அமர்ந்தார்கள்.

" இப்படி ஒருத்தனை எங்க இருந்து சார் பிடிச்சீங்க? அவனுக்கு மனநல கோளாறு. அனுவை அடிச்சு கொல்ல முயற்சி பண்ணி இருக்கான். மூணு நாளும்

அவ எவ்ளோ துடிச்சான்னு தெரியல.. "

" நான் ரெண்டு நாள் முன்னாடி பேசின அப்போ அனு பேசினா, காய்ச்சல் காலேஜ் போகல சொன்னா, அவினாஷ் பார்த்துக்கிறான் சொன்னா, அவன் மன நோயாளின்னு எனக்கு எப்படி தெரியும்? அவன் அம்மா அப்பாக்கே தெரிய-லையே.. " ஜெயமோகன் கூறி அழ,

அவரை சமாதானம் செய்து, மயக்கம் தெளிந்து எழுந்த அவளின் அம்மாவையும் அவருக்கு துணையாக அவளின் அப்பாவை அவனின் ஸ்டுடியோ இல்லம் அழைத்து சென்று, கொஞ்சம் ஓய்வு எடுக்க சொல்லி, இந்திய உணவையும் வாங்கி கொடுத்து உண்ண சொல்லி விட்டு, மருத்துவமனை வந்து சேர்ந்தான். அன்றும் கண் விழிக்காது அவள் ஏமாற்ற, சத்யா அன்றும் அங்கேயே அமர்ந்து கொண்டான்.

அடுத்த நாள் காலையில் மருத்துவர் அனுவை பார்த்து பேச சொல்ல, அனுவின் அருகே வந்து அமார்ந்தவன், பிடிங்கி எறிந்த கொடிப்போல கட்டிலில் கசங்கி படுத்து இருக்கும் அவளை கண்டு கண்ணீர் வடித்தான்.

" அனு.. அனுமா.. உனக்கு ஒன்னும் இல்ல. அவன் இனி உன்னை அடிக்க மாட்டான். நீ பத்திரமா இருக்க.. உன்னோட நான், உன் அப்பா, அம்மா எல்-லாரும் இருக்கோம். பயப்படாம இரு.. கண்ணு திறந்து பாரு அனுமா எனக்கு ரொம்ப பயமா இருக்கு. அழுகையா வருது. பிளீஸ்.. " சத்யா கெஞ்சி, ஆறுதல் சொல்லி, தைரியம் கொடுத்து பேசிவிட்டு வர,

அவளின் அம்மாவும் அப்பாவும் வர, அவர்களும் அவளை கண்டு வந்தனர். பின் அவினாஷின் அப்பாவும் அம்மாவும் வர, அனுவை கண்டு அதிர்ந்துப்போய் இருந்தனர்.

" உங்க மகன் வெளிய வர வாய்ப்பு குறைவு, கொலை பண்ண முயற்சி செய்து இருக்கான். சின்ன பொண்ணை மயக்கி பாலியல் உறவில் இருந்து இருக்கான். அவன் ஒரு மனநோயாளி. அப்படியே அவன் சரியாகி வந்தாலும் அனுவை அவனோட வாழ அனுப்ப மாட்டேன். அவ அப்பாவே அனுப்பினாலும் நான் அனுப்ப மாட்டேன். " சத்யா கூறவும், பெரியவர்கள் அனைவரும் ஒருவரின் முகம் ஒருவர் பார்த்துக் கொண்டனர்.

ஆறு நாட்களாக சத்யாவையும் அவளின் பெற்றோரையும் அழ வைத்து சோர்ந்து போக செய்தவள் மெல்ல கண் திறந்தாள் ஏழாம் நாள். தாயும் தந்தையும் அருகில் இருந்தும் அவள் கண்கள் சத்யாவை கண்டதும் கலங்கி போக, அவனோ அழாதே என தலையசைத்து ஆறுதல் கூறினான். அடுத்த வந்த நாட்களில் அவளின் உடல் நிலை சீராக, சத்யா கல்லூரியில் அவளின் நிலையையும், அவனின் விடு-முறையும் பற்றி பேசி அனுமதி வாங்கி இருந்தான்.

இந்தியன் ஒருவரை இங்கிலாந்து சட்டப்படி தண்டிக்க முடியாது. எனவே முறை-யான தகவலை இந்திய தூதரகத்தில் அறிவித்து, அதன்படி இந்தியாவில் இருந்து வந்த காவல் துறையினர் வழக்கை விசாரித்து, அனுவை கேள்வியில் துளைத்து, அவினாஷ் பெற்றோர்களும், அனுவின் பெற்றோர்களும் கூட பதில் கூறி, சத்-யாவை தனியே விசாரித்து என பலகட்ட விசாரணைக்கு பின், அவினாஷ் மீது குற்றம் உறுதி செய்யப்பட்டு அவன் ஒரு மனநல நோயாளி என்பதால் நான்கு வருடம் அவனை மருத்துவ சிகிச்சையுடன் காவலில் வைத்திருக்க கூறி தீர்ப்பு கொடுத்து அவினாஷை இந்தியா அனுப்பி இருந்தனர். இதற்கெல்லாம் சத்யா தான் ஜெயமோகனுக்கு உதவி செய்தான்.

நாட்கள் இதிலேயே கழிய இருவரின் கல்வியும் கேள்வியாக, அந்த வருட படிப்பு இருவருக்கும் கைகூடாது போய் இருந்தது. இதற்கு இடையில் அனு அடிக்கடி தூக்கத்தில் பயந்து எழுந்தாள். சில தூக்கமின்றி இரவை கழித்து, எதற்கு அழுகி-றோம் என்றே அறியாது அழுது, பைத்தியம் போல சுவரை வெறித்து பார்த்து என மன அழுத்தம் கொண்டாள். அனுவின் பெற்றோர் அவளை பார்த்து கவலை-யில் பயந்த நேரம் பார்த்து அவர்களின் விசாவும் முடிய, அனுவை அவர்களோடு வர சொல்லி அழைக்க அனு மாட்டேன் என மறுத்து இருந்தாள். எத்தனையோ முறை அவர் கெஞ்சியும் மாட்டேன் என மறுத்தவள், படிப்பை முடித்து இந்-தியா வருகிறேன் என கூறி இருந்தாள். அவர்களுக்கு ஒரே பிடிப்பு சத்யா தான். அவனின் கண்ணியமான நட்பு அவர்களுக்கு புரிந்தது. சத்யாவின் பொறுப்பில் விட்டு அவர்கள் விடைப்பெற, சத்யா தான் அவளை சரி செய்ய முயற்சி செய்-தான்.

மனநல மருத்துவரை பார்த்து அவளுக்கு என சிகிச்சை கொடுத்து, சுற்றுலா அழைத்து சென்று, மாற்றம் வேண்டி ரோம் நகர வீதிகளில் சுற்றி, அதன் அழகில் சில மயங்கி, சோர்ந்த மனதை மாற்ற உதவினான். பின் லண்டன் வந்தவர்கள் ஒரு தம்பதியர் நடத்தும் பேக்கரி கடையில் வேலைக்கு சேர்ந்து இருந்தனர். டோனட் செய்ய உதவியாய் சத்யா சேர்ந்து இருக்க, அனு அதை அழங்கரிக்கும் வேலை-

யில் சேர்ந்து இருந்தாள். அந்த கல்வியாண்டு முடியவும், அந்த வேலையை விட்டு மீண்டும் இருவரும் விட்ட படிப்பை தொடங்கி இருந்தனர்.

அதன் பின் நாட்கள் வேகமாக நகர, இடையில் அவளின் அப்பா மட்டும் மட்டும் வந்து மகளை பார்த்து சென்றார். மனம் திடமாக மாறி இருக்கும் மகளை கண்டு சத்யாவிற்கு நன்றி கூறி இருந்தார். சத்யாவுக்கு படிப்பும், அதே துறையில் வேலையும் கிடைத்து உடன் வருமானமும் கிடைத்தது. கிளவுட் லைன்சில் சத்-யாவின் டிசைன் பிடித்து போய் அவனுக்கு நிரந்தர வேலையும் கிடைத்து விட, அவனின் படிப்பு முதலில் முடிந்தது. அடுத்து அனுவும் இரண்டாம் வருட படிப்பை தொடங்க, அவளை ஒரு ஸ்டுடியோ இல்லத்தில் அவனின் ஒரு கல்லூரி தோழி-யுடன் தங்க வைத்து, அனு தனியே அனைத்தையும் எதிர்கொள்ள பழகிக்கொ-டுத்தான்.

அவளின் படிப்பு முடியவும், அவளின் தந்தை அவளை இந்தியா அழைத்து கொண்டார். கிளம்பும் முன் ஆயிரம் பத்திரம் சொல்லி தான் அனுப்பினான் நண்-பன். இவளோ கண்ணீர் விட்டு பிரியா விடை கொடுத்து தான் சென்றாள். மெல்ல மீண்டும் மாதங்கள் கடக்க, அனுவுக்கு விவாகரத்து கிடைத்தது. கோர்ட் வந்த அவினாஷ் அவளிடம் மன்னிப்பை வேண்டிக்கொண்டு அமைதியாய் விவாகரத்து கொடுத்து இருந்தான். சத்யாவிடம் இதை சொன்ன பொழுது தோழிக்காக மகிழ்ந்து போனான்.

பின் சென்னையில் வேலைக்கு சேர்ந்து இருந்தாள் அனு. வேலை, வீடு, பெற்-றோர், சத்யா என நிம்மதியாய் தான் நாட்கள் நகர, ஒரே மகளின் வாழ்க்கையை சீர் செய்ய நினைத்த தந்தையின் மனம் இந்த முறை தீர விசாரித்து இன்னொரு வரனை கொண்டு வந்து அவள் முன் நிறுத்த, அனு வேண்டாமென மறுக்க, ஜெயமோகன் நாடியது சத்யாவை,

சத்யா அவளின் மன அறிந்து, தைரியம் கூறி, சம்மதிக்க வைக்க, அனுவும் சம்-மதத்தை கூறி இருந்தாள். நிச்சய தாம்பூலம் மாற்றி திருமணம் உறுதி செய்த பின் தான் மாப்பிள்ளை அவளிடம் மெல்ல கேட்டான். முன்னாள் கணவனுடன் அனு-பவம் உண்டா? உறவு கொண்டீர்களா என, அடுத்து அவன் சத்யா பற்றிய கேள்-விகளை ஆரம்பிக்க, அனு கோவத்தில் அவனை மிக அசிங்கமான வார்த்தையில் பேசி விட, அவனும் அசிங்கமாக அவளை திருப்பி பேசி விட, திருமணம் நின்று போனது.

தகப்பன் மீண்டும் மாப்பிள்ளை பார்க்க தொடங்க இப்போது தகப்பனையே எதிர்த்து நின்றாள். அவளின் மனம் என்ற ஒன்றையே நினைக்காத அவரை பார்த்து அவளுக்கு கோவம் வந்தது. சில நாள் தனிமை வேண்டும் என்று கொல்கத்தா-விற்கு வேலையை மாற்றி சென்று இருந்தாள். சத்யாவின் நட்பு மட்டுமே அவளின் ஒரே ஆறுதல்.

தகப்பன் இன்னொரு பையனை பார்க்க, அவளின் தாயோ திருமணம் செய்து கொள்ள சொல்லி அழுது அவளை தர்ம சங்கடத்தில் நிறுத்த, திருமணம் வேண்-டாம் என பல முறை கெஞ்சியும் தந்தை திருமணத்திற்கு கட்டாயப்படுத்த, ஹரிஷ் அக்காவுக்கு உதவ வேண்டுமென சத்யாவிடம் கூற அவனும் கொஞ்சம் நாள் போகட்டும் அவளை விட்டு பிடிப்போம் என்று கூற அவரோ அவரின் நிலையில் நின்று பேச சத்யாவின் முயற்சியும் தோல்வி.

சத்யாவிடம் உதவி கேட்டு அவன் வேலை பார்க்கும் இடத்தில் ஒரு வேலை வாங்கி தர சொன்னாள் அனு. தோழியின் இப்போதைய மனநிலைக்கு இதுதான் சரியென தோன்ற, சத்யா இரு மாதத்தில் முயன்று வேலையை வாங்கிக்கொடுக்க, ஜெயமோகன் தடுக்க, அவரை எதிர்த்து செல்ல முடிவு எடுத்து அனு நிற்க,

லண்டன் சென்றால் இனி நீ என் மகள் இல்லை என்று அவர் கோவத்தில் வார்த்-தையை விட, கோவத்தில் இவளும் என் மனம் புரியாத நீங்கள் என் தந்தை அல்ல என கூறி, அம்மாவின் கண்ணீரை துடைத்து விட்டு, ஹரிஷின் பொறுப்-பில் குடும்பத்தை விட்டு லண்டன் வந்துவிட்டாள். ஆனால் அதன் பின் ஜெய-மோகன் அவளை தலை முழுகி, இனி அவளோடு நமக்கு எந்த உறவும் கிடை-யாது என கூறி விட்டார்.

கையோடு சத்யாவையும் அழைத்து இனி அனு பற்றி அவரோடு எதுவும் பேச வேண்டாம் என கூறி, அவரின் முடிவையும் கூறிவிட்டு தொடர்பை முறித்துக் கொண்டார். அதன் பின் அனு லண்டனில் அவளுக்கென அனைத்தையும் தனியே நின்று சம்பாரித்து கொண்டாள். உடன் தோழனாக சத்யா இருக்க, இதோ இன்று வரை அவனின் நிழலில் பாதுகாப்பாய் இருக்கிறாள். தகப்பனாய், தாயாய், நண்பனாய் அவளை தாங்க சத்யா இருந்தான், இருக்கிறான், எப்போதும் இருப்-பான் என அவள் அறிவாள்.

யாரேனும் அசிங்கமாக பேசினால், யாரேனும் முரட்டுத்தனமாக யாரையும் அடித்-தால், பார்க்கும் இவளுக்கும் உடல் நடுங்கும். அதிர்ந்து பேசினால் கூட அஞ்சி

போகும் பெண் இவளை அறிந்து வைத்தவனும், புரிந்து வைத்தவனும் அவளின் நண்பன் ஒருவன் தான்.

" குட்டிமா எழுந்து உக்காரு.. டீ குடிப்போம். " சத்யாவின் குரல் அவளை எழுப்பிவிட, கண் திறந்தவள் அப்போது தான் உணர்ந்தாள் இருக்கும் இடத்தை, மன எண்ணங்களில் மூழ்கி மீண்டும் அந்த நரக நாட்களை தொட்டு வந்திருக்கிறாள் என, அவளின் கண்கள் கலங்க,

" ஹேய், அனுமா அதையா யோசிச்சுட்டு இருக்க இன்னும்? ஏன்டா? " சத்யா பரிதவித்து போய் கேட்க,

" அவன் அந்த பொண்ணை பேசினது எனக்குள்ள பழைய ஞாபகத்தை தூண்டி விட்டுருச்சு. அதான்.. எனக்கு காஃபி வேணும் தங்கம்.. "

இருவரும் காபி குடித்து, இல்லம் வந்து சேர, அப்பு தகப்பனை கண்டதும் ஓடிவந்து முத்தம் கொடுக்க, சத்யா மகனை தூக்கி கொஞ்சியவன் அனு கையில் கொடுக்க தொலைந்த அவளின் புன்னகை மீண்டு வந்தது. அவளின் முகம் பார்த்து என்ன தோன்றியதோ அவனுக்கு கழுத்தோடு கட்டி முத்தம் மழை பொழிந்து அவளின் மனதுக்கு இதம் கொடுத்தான்.

சத்யா ஜிஷ்ணு, வியாஷ் இருவரையும் அழைத்து பொம்மையை கொடுக்க, ஜிஷ்ணு கொடுத்த முத்தத்தில் சத்யா விழி விரித்து புன்னகைக்க அதை பார்த்து விஜய் மகிழ, அனு பிள்ளைகளை கூடத்திற்கு அனுப்பி விட்டு வந்து அனைவரின் கையில் புடவையை கொடுக்க, பெண்கள் அனைவரும் அவளை வியப்புடன் பார்த்துக் கொண்டனர். விஜய் கையில் ஒரு பெட்டியை கொடுத்து,

" உங்களுக்கு தான் அண்ணா இது. காலையில பேசுனதுக்கு சாரி. எதோ ஒரு வேகத்துல பேசிட்டேன். " அனு உணர்ந்த கேட்ட மன்னிப்பு விஜயை குளிர்வித்திருக்க, மெல்ல இன்னொரு பெட்டியை எடுத்தவள்,

" அன்பு ரூம் எது அத்த? அவங்களுக்கும் கொடுக்கனும்." அனு கேட்கவும் சத்தியமாக யாரும் இதை எதிர்பார்க்கவே இல்லை.

வித்யா அறையை காட்ட, அனு அறைக்குள் செல்ல, சத்யா அவன் அறைக்கு சென்று இருந்தான். அனு கதவை தட்டிவிட்டு காத்திருக்க, அன்புச்செல்வி

கதவை திறந்தாள்.

9

" வாங்க.. " அன்பு அறைக்குள் அழைக்க, அனு இன்முகமாக அறைக்குள் வந்தாள்.

" வீட்டுல எல்லாருக்கும் புடவை எடுத்தேன். இது உங்களுக்கு.." அனு கொடுக்க, அன்பு வாங்க தயங்க,

" இல்ல.. அனு வேண்டாமே.. "

" இவ்வளவு தயக்கம் தேவையில்ல அன்பு, உங்க அக்காவா நினைச்சு வாங்கிக்க கூடாதா? "

" எனக்கு உங்க நல்ல குணம் புரியுது அனு. ஆனா எனக்கு வேண்டாம் பிளீஸ்.. " அன்பு கூற, அனு முகம் சுருங்கி வெளியே வர, அவளின் முக வாட்டமும், கையில் உள்ள பெட்டியும் அனைவருக்கும் விஷயத்தை சொல்ல,

விஜய் தங்கையை அழைக்க, சத்யா இருக்கிறானா என ஜன்னல் வழியே பார்த்தவள் அனைவரின் முன்னும் வந்து நின்றாள்.

" வாங்கிக்கோ அன்பு மா.. அனு அன்போட தர பரிசை வேண்டாம் சொல்லி ஏன் அனு மனசை கஷ்டப்படுத்தனும்? "

" இல்ல அம்மாக்கு தெரிஞ்சா வீண் பிரச்சனை. "

" அன்பு கேட்டா ஜோதி அத்தை எடுத்து கொடுத்ததா சொல்லு, ஆதி, தேன்மொழி நீங்களும் இதையே சொல்வீங்க தானே? " விஜய் கேட்க, இருவரும் சரியென கூற, அன்பு கை நீட்ட, அனு அவளின் கன்னத்தில் முத்தம் வைத்து

விட்டு கையில் புடவையை கொடுக்க, அனுவின் சிரிப்பையும் சேட்டையையும் மாடியில் நின்று ரசித்துக் கொண்டு இருந்தான் சத்யா. அன்பு அங்கே இருந்தும் அவன் கண்கள் தேடியது ஏனோ அனுவை தான்.

அனு அறைக்குள் வர சத்யா கண்மூடி அமர்ந்து இருந்தான்.

" புடவையை கொடுத்துட்டேன். என்னால முடியாதுன்னு சொன்ன நீ தான் இப்போ தோத்து போய்ட்ட, சோ எனக்கு நாளைக்கு பக்கெட் நிறைய ப்ரைட் சிக்கன் வாங்கி தரணும் பாப்புக்குட்டி "

" உன்னால சிக்கன் குடும்பமே அழிய போகுதுடி அராத்து.. " சத்யா அவளின் முதுகை செல்லமாக அடிக்க அதற்கும் அனு சிரிக்க, கோகிலா அறைக்கு வெளியே நின்று அனுவை அழைத்தார். அனு வரவும் அவள் கையில் காஃபி கொடுக்க,

" சாப்பிட்டு தான் வந்தோம் மா.. "

" பேபி உனக்கு காஃபி வேணுமா? " அனு வெளியே இருந்து குரல் கொடுக்க,

" வேண்டாம் தங்கம்.. " சத்யா திருப்பி குரல் கொடுக்க,

" வேண்டாம் கோகிமா " சொல்லிவிட்டு அவள் அறைக்குள் செல்ல எத்தனிக்க,

" புருஷனை வாங்க போங்கன்னு மரியாதையா பேச தெரியாத உனக்கு? " கோகிலா கேட்க,

" மரியாதை மனசில் இருந்தா போதும். எனக்கு இப்படி கூப்பிட்டு பழகிடுச்சு."

" என்ன சொன்னாலும் எதாவது திருப்பி பேசி வாயடைக்க வேண்டியது " கோகிலா முணுமுணுத்து கொண்டே செல்ல, அனு அறைக்குள் வந்தாள். உடைமாற்றி டிவியின் முன்னே அமர்ந்தவள் உடன் அப்புவும் வரவும் கார்டூன் வைத்து பார்க்க, சத்யா மடிக்கணினியை உயிர்ப்பித்து மின்னஞ்சல்களை பார்த்துக் கொண்டு இருந்தான். அனுவின் அனுபவத்திற்கு பிறகு தினம் இரு முறை மின்னஞ்சல் பார்ப்பதை வழக்கமாக கொண்டு இருந்தான்.

இருவரும் டிவி பார்த்தபடியே உறங்கி இருக்க, இருவருக்கும் போர்வையை போர்த்தி விட்டு டிவியை அணைத்து விட்டு வேலையை பார்க்க, வாசலில் கார் வந்து நிற்கும் சத்தம் கேட்க, சத்யா பால்கனி வழியே எட்டிப்பார்க்க, இறங்கினார்கள் நால்வரும் சத்யாவின் அத்தை அறிவு மதியும், தம்பி சூர்யாவும், ஹரியும், மற்றும் உடன் அன்புவின் கணவன் ஆகாஷ்.

அறிவு வீட்டினுள் வரவும் சட்டென எதோ ஒரு இறுக்கம் தானாக அனைவரின் முகத்திலும் சேர்ந்து கொண்டது. இரவு உணவு வேலை வரை எந்த சலசலப்பும் இல்லை. ஜோதி மகனின் அறை கதவை தட்ட ஆதிரா கதவை திறக்க,

" சூர்யா என்ன பண்றான் மா? "

" லேப்டாப்பில் எதோ வேலையா இருக்காரு அத்தை. நீங்க உள்ள வாங்க. "

அறைக்குள் சென்றவர் சூர்யா முன்னே சென்று அமர,

" சொல்லுங்க மா என்ன விஷயம்?"

" சூர்யா.. நம்ம சத்யா வந்து இருக்கான். "

" சரி.. அதுக்கு? "

" அவன்கிட்ட எந்த பிரச்சனையும் பண்ணாத டா.. மீறி போனா ஒரு மாசமோ ரெண்டு மாசமோ தான் இருப்பான். "

" அப்பா சொன்னாரு மா.. என்னை அவன் சீண்டாத வரை எல்லாம் நல்லா இருக்கும். நானா அவன் வழிக்கு போக மாட்டேன். எனக்கு அவன் கூட பிரச்சனை பண்றது தான் வேலையா சொல்லுங்க? "

" சரி.. சரிப்பா.. எதுவா இருந்தாலும் அப்பா வர வரைக்கும் அமைதியா இரு அது போதும்."

" சரிம்மா.. "

" இப்போ ரெண்டு பேரும் சாப்பிட வாங்க. "

அனைவரும் சாப்பாட்டு மேஜையில் அமர, கோகிலா இவர்களையும் சாப்பிட அழைக்க, முதலில் தயங்கி யோசித்தவன், பின் அனுவையும் யாஷையும் எழுப்பி விட்டான். அப்புவை முகம் கழுவி விட்டு, வருவதாக அனு கூறவும் சத்யா முதலில் கீழே சென்றான்.

மேஜையில் ஒரு பக்கம் விஜய், ஆகாஷ், அறிவுமதி, சூர்யா, ஹரி என அமர்ந்திருக்க அவர்களுக்கு எதிரே அமர்ந்தான். அவன் வலது கை பக்கம் வித்யா, ஜோதி இருவரும் அமர, ஆதிரா, தேன்மொழி இருவரும் பரிமாற தொடங்க, அறிவின் கண்கள் சத்யாவை வெறிக்க, சட்டென புன்னகை முகமாக மகளை அழைத்தார். அன்பு தயங்கி தயங்கி வந்து சத்யாவின் பின் நிற்க,

" வா வந்து உக்காரு.. என்ன பண்ற ரூம் உள்ள? மாப்பிள்ளை பக்கத்தில வந்து உக்காரு.. " அறிவு கூறவும் அனைவரும் அன்பு முகத்தை பார்க்க, சத்யா மட்டும் ஒரு பெருமூச்சை வெளியே விட்டான்.

அன்புச்செல்வி ஆகாஷ் அருகில் வந்து அமர, சத்யா முகத்தில் உணர்வுகளே இல்லை. அறிவு அவன் எதுவும் பேசுவான், அல்லது இடத்தை விட்டு எழுந்து செல்வான் என்று பார்த்திருக்க, அனைவரும் மௌனமாக அடுத்து என்ன என்று அமர்ந்திருக்க, அங்கே சூழ்நிலை இறுக்கமாக மாற, அதை எல்லாம் ஒரு சொல்லில் தகர்த்து எறிந்து இருந்தான் சத்யாவின் அப்புக்குட்டி.

பாபா என்ற அவனின் அழைப்பு சத்யா முகத்தில் புன்னகை தர, விஜய் முகத்திலும் புன்னகையை பூக்க செய்ய, பக்கத்தில் இருக்கும் தாயை மனத்தில் வைத்து புன்னகையை மறைத்து கொண்டான். அறிவு அப்புவை அதிர்ந்து பார்க்க, சூர்யாவும் ஹரியும் ஆச்சரியமாக பார்க்க, ஆகாஷ் நெஞ்சில் மட்டும் நிம்மதி பரவியிருந்தது.

சத்யா மகனை தூக்கி அவனின் இடப்பக்கம் இருக்கும் அவன் இருக்கையில் அமர வைக்க, அப்புவின் பின்னே வந்த அனு சத்யாவை முறைக்க, சட்டென மகனை மடியில் தூக்கி அமர்த்தி இருந்தான். அவன் பக்கத்தில் உரிமையாக அமர்ந்த அனுவை கண்டு அறிவின் முகம் மட்டும் சுருங்க, இளையவர்களின் கண்கள் இருவரின் புரிதலில் இன்பமாய் விரிந்தது. வியாஷ் தான் தொடங்கி வைத்தான் விளையாட்டை..

" பாபா இவங்க எல்லாம் யாரு? " மகன் விரல் நீட்டிக் கேட்கவும், சத்யா ஒரு நொடி தயங்க, அனு பதில் கூறினாள். இது ஆகாஷ் மாமா, இவங்க அறிவு பாட்டி.. "

" எனக்கு இன்னொரு பாட்டியா? " வியாஷ் கண் விரிந்து கேட்க,

" ஆமா, இவங்க உன் தாத்தாவோட தங்கச்சி. அப்பாவுக்கு அத்தை. உனக்கு பாட்டி.. அப்புறம் அது சூர்யா உன் சித்தப்பா, அதுக்கு அடுத்து உக்கார்ந்து இருக்கிறது ஹரி சித்தப்பா. " அனு கூறவும் வியாஷ் மீண்டும் மீண்டும் அவர்களின் முகம் பார்க்க, ஹரிக்கு அப்புவை புகைப்படத்தில் பார்த்தே பிடிக்கும். இப்போது அவனை அள்ளிக்கொள்ள ஆசை வந்தது.

" அப்பு எல்லாரும் சாப்பிடனும் இல்ல? அப்புறம் பேசலாம். வாய் திற.. " சத்யா கூறவும் கவனம் அப்பனிடம் போய் இருந்தது. மீண்டும் மௌனம், இறுக்கமான சூழ்நிலை. உணவை முடித்து விட்டு சத்யா அப்புவை இறக்கி விட, தூங்கி எழுந்து வந்த ஜிஷ்ணு அழ, அப்பு அவனை கட்டிப்பிடித்து கன்னத்தில் முத்தம் வைக்க, அறிவுமதி மகனையும் மருமகளையும் பார்வையில் எரிக்க, வித்யா அவசரமாக உணவை பாதியில் முடித்து விட்டு மகனை கையில் தூக்கி இருந்தாள்.

அப்பு ஹாலுக்கு சென்றவன் டிவியை போட்டு அதில் கார்டூன் போட்டு அமர்ந்து கொண்டான். சூர்யா, ஹரி, ஆகாஷ் மூவரும் ஹால் வர, நடுநாயகமாக சோஃபாவில் அமர்ந்து டிவி பார்க்கும் சிறுவனை பார்த்து சிரித்து கொண்டனர். ஆகாஷ் அவனை சீண்ட வேண்டும் என்று சேனலை மாற்றி விட,

" மாமா.. கார்டூன்.. " அப்புக்குட்டி முகம் சுருக்கி கேட்க,

" மாமா நியூஸ் பார்க்கனும்.. ஆமா உன் பெயர் என்ன..? ஆகாஷ் கேட்க, ஹரி அவனை தூக்கி மடியில் அமர்த்தி கொண்டான்.

" வியாஷ் சத்யா "

" வியாஷ் கொஞ்ச நேரம் மாமா பார்க்கட்டுமா? "

" ம்ம் " சிறுவன் சரியென சொன்னாலும் முகம் சுருங்கி போய் இருந்தது.

அதை கண்டதும் சூர்யா ரிமொட் வாங்கி கார்டூன் வைத்து விட, புன்னகைத்தவன் சட்டென சூர்யாவின் கன்னத்தில் முத்தம் வைக்க, அவனின் முத்தத்தில் கரைந்து போய் சூர்யாவும் முத்தத்தை திருப்பி தர, அப்பு கன்னம் குத்திய அவனின் மீசையை வருடி பார்க்க, சூர்யா முகத்தில் புன்னகையில் பூக்க, அதை கண்டு ஹரி தேன்மொழியிடம் சாக்லேட் எடுத்து வர சொன்னான்.

தேன்மொழி எடுத்து வந்து கொடுக்கவும் சூர்யா அதை வாங்கி அப்புவின் கையில் கொடுக்க, சட்டென அப்பு வேண்டாம் என்று தலை அசைக்க, அண்ணனிடம் இருந்து வாங்கி ஹரி மீண்டும் அவன் கையை பிடித்து சாக்லேட் கொடுக்க, அதை மேஜை மீது வைத்து இருந்தான்.

" வாங்கிக்கோ அப்பு.. ஹரி சித்தப்பா கொடுத்தார்னு சொல்லு உன் பாபாவும் மீமீயும் எதும் சொல்ல மாட்டாங்க.. " தேன்மொழி அவன் கன்னம் பிடித்து கூற

சிறுவன் வாங்க மாட்டேன் என தலை அசைக்க, சரியாய் அதே நேரம் அங்கே சத்யாவும் வர, மேஜை மேலிருக்கும் சாக்லேட் அனைத்தையும் அவனுக்கு உணர்த்த,

" என் மகனுக்கு சாக்லேட் பிடிக்காது. அவனுக்கு சாக்லேட் யார் கொடுத்தாலும் வாங்க மாட்டான்." சத்யா அறிவிப்பு போல நால்வருக்கும் சொல்லி விட்டு மகனை தூக்கிக்கொண்டு அறைக்கு செல்ல, உணவு முடித்து சுத்தம் செய்ய உதவி கொண்டு இருந்த அனுவை அறிவுமதி அழைக்க, அவர் முன் வந்து நின்றாள். அனைவரும் உணவை முடித்து ஓய்வுக்காக டிவியின் முன்னே அமர்ந்து இருந்தனர். அத்தோடு அனு என்ன பேசுவாள் என்ற எதிர்ப்பார்ப்பு அனைவர் முகத்திலும் இருந்தது.

" உனக்கு என்னைப்பத்தி உன் புருஷன் என்ன சொன்னான், எப்படி சொன்னான் தெரியாது.. "

" அவருக்கு ஒரு அத்தை இருக்கிறதே இங்க வந்த அப்புறம் தான் தெரியும். அவசியம் இருந்தா சொல்லி இருப்பாரோ என்னவோ.." அனு பொறுமையாய் திருப்பி கொடுக்க, ஜோதி மனதிற்குள் மருமகளுக்கு சபாஷ் போட்டு கொண்டார்.

" ஓ.. அவசியம் இல்லாதவளா நான்.. அப்ப உன் பையனுக்கு நீ என்னை பாட்டின்னு அறிமுகம் பண்ணி இருக்க வேண்டாமே.."

" உங்க வயசுக்கு எல்லார்க்குமே நீங்க பாட்டி தான். சத்யா அப்பாக்கு நீங்க தங்கச்சி.. அதனால தான் என் புருஷனுக்கு அத்தை, என் மகனுக்கு நீங்க பாட்டி... இதுல எதாவது ஒரு உறவை உங்களால மாத்த முடியுமா? முடிஞ்சா மாத்துங்க. நீங்க மறுத்தாலும் வெறுத்தாலும் என் புருஷன் தான் இந்த வீட்டுக்கு முதல் வாரிசு. என் மகன் தான் இந்த வீட்டோட முதல் பேரன். "

" உனக்கு புரியல.. சத்யாகிட்ட கேளு இதுக்கு பதில் சொல்வான்."

" எது இந்த சொத்துக்கு, பெயர் புகழுக்கும் நீங்க சொல்ற வாரிசு கதையையா? சரி நீங்க சொல்லுங்க சத்யா என்ன படிச்சு இருக்கார்? "

அந்த கேள்வியில் அனைவரும் ஒரு நொடி தடுமாற, சூர்யா குற்ற உணர்வுக்கு சென்று இருந்தான். ஆனால் அனு அடுத்து பேசிய அனைத்தும் அனைவரையும் விழி விரிக்க செய்து இருந்தது.

10

அவளின் கேள்வியில் அனைவரும் ஒரு நொடி தடுமாற, சூர்யா குற்ற உணர்வு சென்று இருந்தான்.

" பதில் சொல்ல முடியாது உங்களால.. ஆர்கிடெக்ட் படிப்பு படிச்சவர் உங்க இந்தியா டவர்சில் நிர்வாகம் பண்ண முடியுமா? அந்த எண்ணம் இருந்தா அவர் ஏன் கட்டிடம் கட்ட படிக்க போறார் சொல்லுங்க? எனக்கு உங்களை தெரியும், உங்க எண்ணம், செயல், எல்லாமே தெரியும். உங்க தம்பியும், இந்த குடும்பமும் நீங்க பேசற, செய்யுற எல்லாத்தையும் அன்பு, மரியாதை, பாசம்னு சகிச்சிட்டு, பயந்துட்டு கடந்து போற மாதிரி நான் போவேன் கனவுல கூட நினைக்காதீங்க. "

" என் சத்யாவையும் என் மகளையும் உங்க நிழல் காயப்படுத்தினாலும் அதை நாலு மடங்கா உங்களுக்கு திருப்பி தராம நான் ஊர் திரும்பி போக மாட்டேன். இந்தியாவே வர கூடாதுன்னு இருந்த சத்யா வந்தது அவரோட அப்பாகாக மட்டும் தான். மாமா கூப்பிட்டார் அவருக்காக வந்தோம். முடிஞ்சா உங்க வீரத்தை, கோவத்தை எல்லாம் உங்க அண்ணங்கிட்ட காட்டுங்க. நீங்க காட்ட மாட்டீங்க அதுவும் எனக்கு தெரியும்." அனு சூடாய் பேசிவிட்டு அவர்களை கடந்து சென்று இருக்க,

அனைவரும் அமைதியாய் கலைந்து அவரவர் அறைக்கு சென்று இருந்தனர். அறிவுமதி அனுவின் வார்த்தையில் வாயடைத்து போய் இருந்தார். உண்மை, அவனை தவிர வீட்டில் அனைவரும் தொழில் கல்வி பயின்றவர்கள். சத்யா மட்டுமே கட்டிட கலைஞன். பன்னிரெண்டாம் வகுப்பு படிக்கும் போதே அவனின் தேர்வு கட்டிட கலை தான். ஒரு நாளும் இந்தியா டவர்ஸ் நிர்வாகத்தில் அமரும் ஆசை அவனுக்கு இருந்ததில்லை. அனு மாடிக்கு வந்து தண்ணீரை குடித்து அவளை சமன் செய்து கொண்டாள். கீழே நடந்த ரணகளம் எதுவும் அறியாத சத்யா அவளிடம் வம்பிழுத்தான்.

" இடியப்பாத்தை ரவுண்டு கட்டிட்டு வந்து இப்போ எதுக்கு இவ்ளோ தண்ணி குடிக்கிற? இத்தனை நாளும் அப்பு தான் ஈரம் பண்றான் நினைச்சேன்.. கேடி நீ தான் பெட்டை ஈரம் பண்ணிட்டு இருக்கியா..? " சத்யா கேட்டு சிரிக்க,

" தூ.. நான் ஏன் நனைக்க போறேன். நீ தான் விவரமா அவனை என்கிட்ட விட்டு கீழ போய் படுத்திட்ட.. அவன் ஈரத்தில் தூங்கிற எனக்கு தான் தெரியும்.." அனுவும் சரிக்கு சரியாய் பதில் கூற,

" முன்ன விட இப்போ குறைவு தான். சீக்கிரம் விட்டுருவான் நினைக்கிறேன். " சத்யா அப்புவின் தலைவருடி கொடுக்க,

" ஏன் கட்லி, உனக்கு தான் உங்க அப்பா சொத்து வேண்டாம் தானே? அப்போ வேண்டாம் ஒரு பத்திரம் எழுதி கையெழுத்து போட்டு கொடுத்துட வேண்டியது தானே? நாமளும் ஊரை பார்க்க போலாம் இல்ல? "

" அப்படி இல்லடி செல்லம்.. நான் எதுவும் வேண்டாம் சொன்னா நடிக்கிறேன் சொல்வாங்க. கேட்டு வாங்கினா இதுக்கு தான் வந்தேன் சொல்வாங்க. அவங்களா தரட்டும் அப்புறமா முடிவு செய்வோம் எதையும்.. "

பின் மெல்ல அனு கீழே நடந்ததை கூற, சத்யா அவளை முறைக்க,

" என்னால முடியல சத்யா.. உன்னை காயப்படுத்தி அவங்களுக்கு என்னாக போகுது? அப்பு சின்ன பையன்.. அவனை கூடவா காயப்படுத்த முயற்சி செய்-வாங்க? என்னை எவ்ளோ வேணாலும் திட்டிக்கோ.. என்னால தாங்க முடியல சத்யா.. " அனு புலம்ப,

" புரியுதுடா அம்மு.. ஆனா இதோட போதும் இனி எதுவும் அவங்ககிட்ட பேசாத.. நான் காயப்பட்டாலும் பரவாயில்ல. நீயும் அப்புவும் கண் கலங்கி நின்னா என்னால தாங்க முடியாது. எனக்கு கிடைச்ச எதுவும் உங்களுக்கு வேண்டாம். வா வந்து எதையும் யோசிக்காம தூங்கு.. "

அனு படுத்ததும் தூங்கி இருக்க, சத்யா அவளின் முகம் பார்த்து அமர்ந்து இருந்-தான். மனைவியாக நடிக்க சொல்லி கேட்ட நொடி அவளின் கண்களில் சட்டென பூத்த மின்னல், நாணம், இன்பம் அனைத்தும் சத்யாவுக்கு எதையோ சொல்ல

முயன்றது. ஆனால், அப்போது இருந்த சூழ்நிலை எதையும் யோசிக்க விட-வில்லை. ஆனால் இந்த இரு நாட்களாக இவளிடம் தெரியும் தடுமாற்றம் சத்-யாவை யோசிக்க வைத்தது. நட்பு நிலை மாறி அவளுக்கு தன் மேல் எதேனும்..? இல்லை.. இருக்காது.. மனதிற்கு சமாதனங்கள் சொல்லியும் உறக்கம் அவனை தழுவவில்லை.

ஹரியின் அறையில் தேன்மொழி அனுவை பற்றி வாய் ஓயாமல் பேசிக்கொண்டு இருந்தாள். ஹரியோ ஆர்வமாக மனைவியின் மடியில் படுத்து கதைக்கேட்டு கொண்டு இருந்தான்.

" சும்மா சொல்ல கூடாது ஹரி, எங்க அக்கா போதும் உங்க அத்தையை சமா-ளிக்க, அச்சோ ரெண்டு மாசத்துல கிளம்பிடுவாங்களே மிஸ் பண்ண போறேன்... "

" எனக்கு சத்யா அண்ணாவை நெருங்கவே பயமா இருக்குடா.. பேச முயற்சி பண்ணனும். " ஹரி வருத்தத்துடன் கூற..

" ஏன் பா உங்களுக்குள்ள இவளோ வேற்றுமை? உங்க சொந்த அண்ணன்கிட்ட பேசவே ஏன் தயக்கம்? "

" அது பெரிய கதைடா தேனு, சொன்னா இன்னிக்கி முடியாது.. ஆனா சத்யா அண்ணாவை பார்க்க சந்தோசமா இருக்கு. அப்பு மாதிரியே எனக்கும் ஒரு பையன் வேணும். அவன் எவ்ளோ சமத்து இல்ல? " ஹரி இன்முகத்தோடு கூற,

" ஆமா.. வித்யா அண்ணி பையன் ஜிஷ்ணு அழகு தான். ஆனா, துறுதுறுன்னு இருக்க மாட்டான். அப்பு வந்ததும் வீட்டுல ஒரு கலகலப்பு, முயல் குட்டி மாதிரி ஓடிட்டே இருப்பான். அவனோட ஜிஷ்ணுவையும் ஓட வைப்பான். அதே நேரம் சொன்னதை கேட்கிற சமத்து பையன். நிறைய விட்டு கொடுக்கிறான். எனக்கும் அப்பு போலவே ஒரு பையன் வேணும்." தேன்மொழியும் அதே உற்சாகத்தோட கூற இருவரும் புன்னகைத்து கொண்டனர்.

வித்யா விஜய்யை அவர்கள் அறையில் வறுத்து கொண்டு இருந்தாள். விஜய் எதுவும் பேசாது அமைதியாய் அமர்ந்து இருந்தான்.

" நல்ல வேலை எங்க அண்ணியாவது என் அண்ணனுக்கு துணையா இருக்-

காங்க. உங்க அம்மா அன்னிக்கி என்ன எல்லாம் பேசினாங்க. கடவுள் இருக்-கான்.. இன்னிக்கி அண்ணிகிட்ட உங்க அம்மா பேசி இருக்கனும். அப்புறம் தெரிஞ்சு இருக்கும்."

" எதாவது பேசுங்க.. நம்ம உறவே வேண்டாம் எங்க அண்ணன் யோசிக்கிற அளவுக்கு செய்து விட்டீங்க எல்லாரும்.. எங்க அண்ணன் இப்போ போனா திரும்பி வருவாரோ மாட்டாரோ.. "

" வித்யா நானே சத்யா விஷயத்தில் குற்ற உணர்ச்சியில இருக்கேன். நீ வேற.. தூங்கு மா.. பிளீஸ்.. " விஜய் சோர்ந்து பேச, வித்யா மகனை அணைத்து கொண்டு உறங்கி இருந்தாள்.

இதற்கு எல்லாம் எதிர்மறையாக சூர்யாவின் அறையில் ஆதிரா தூங்கி இருக்க, சூர்யா மட்டும் உறங்காது விழித்து இருந்தான். மனம் கேட்ட கேள்விகளுக்கு எல்-லாம் அவனிடம் மௌனத்தை தவிர வேற எதுவும் பதிலாக இல்லை. அப்புவின் நினைவு வரவும், தானாய் அவனின் இதழில் புன்னகை மலர்ந்தது.

அடுத்த நாள் காலை சத்யாவின் அறையில் இருந்து அப்புவின் சிரிப்பு சத்தம் பெரிதாய் கேட்க, அனைவரின் கவனமும் அவர்களிடம், அப்பனும் மகனும் பப்பிள் ஷூட்டர் கன் வைத்து ஒருவரை ஒருவர் சுட்டுக்கொண்டு இருந்தனர். அப்பு மறைந்து நின்று கொள்ள, சத்யா தேடி சுட என அறைக்குள் இருந்த விளை-யாட்டு அறையின் வெளியே இருக்கும் வராண்டாவிலும் தொடர, மாடியில் இருக்-கும் ஹரி, சூர்யா அனைவரும் அறையை விட்டு வெளியே வந்து இருந்தனர்.

மகனோடு மறைந்து நின்று விளையாடும் அண்ணனை பார்த்து தம்பிகள் சுவாரஸ்-யமான சிரிப்பு இருவருக்கும், பூனை போல பதுங்கி நடந்து வந்த அப்பு ஹரியின் கால்களுக்கு பின்னே மறைய, சிறுவனுக்கு உதவ சூர்யாவும் வந்து ஹரி அருகில் நிற்க, இருவரும் அழகாய் அப்புவை மறைக்க, சத்யா மகனை சோபா பின்னே தேட, ஹரி அதை பார்த்து சிரிக்க, சத்யா அவனை ஆராய்ச்சியாக பார்க்க, அப்-புவின் அலை அலையான சுருட்டை முடி அவன் இடத்தை காட்டி கொடுக்க, ஒரு நிமிடம் தயங்கி நின்றவன், பின் ஹரி சூர்யா இருவரின் இடையில் நுழைய, சட்டென இருவரும் இன்பமாய் அதிர்ந்து விலக, அப்பு சத்யாவின் கையில் சிக்க கூடாதென ஓட, சத்யா பின்னே துரத்தி கொண்டே சுட, அப்பு தோற்று போக, மகனை முத்தங்களில் குளிப்பாட்டி அள்ளிக்கொண்டு அறையை நோக்கி வந்-தான்.

" அண்ணா.. " சூர்யா அழைக்க, சத்யாவின் உடல் இறுக, அவனை நோக்கி திரும்பினான்.

" என்னை வெறுத்துட்டியா? " சூர்யா கண் கலங்கி போய் கேட்க,

" உன்னை வெறுத்தா அது என் அம்மாவை நான் வெறுத்த மாதிரி.. எனக்கு உன் மேல எந்த கோபமும், வருத்தமும் இல்ல. தேவை இல்லாம நீயா எதையும் யோசிக்காத " சத்யா சொல்லிவிட்டு நகர,

" அப்புறம் ஏன் அண்ணா எங்களை விட்டு விலகி போற.. " ஹரி கேட்க,

" மறுபடியும் காயப்பட எனக்கு தெம்பு இல்ல. என் மகன் முன்னாடி அழ விருப்பம் இல்ல. என் சோகம் அவன் மனசிலும் பாதிப்பை கொடுக்கும் அதான் தள்ளி நிற்கறேன். நெருங்க நெருங்க எல்லாருக்கும் துன்பம் தான் மிஞ்சும்.. "

" அண்ணா.. " சூர்யா அழைக்க,

" போதும் டா.. என்னால முடியாது.. இதுவே மூச்சு முட்டுது. " சத்யா அறைக்குள் சென்று விட, இருவரும் அமைதியாய் அவரவர் வேலையை பார்க்க சென்று இருந்தனர்.

காலை உணவு முடித்து மீண்டும் அவன் அப்பனுக்கு விளையாட்டு காட்டி கொண்டு இருந்தான் அப்புக்குட்டி.

" அப்பு கொஞ்சமா குடிடா.. நீ தோத்து போய்ட்ட தானே? அப்போ என் பேச்சை கேட்டு தான் ஆகனும்." மகனிடம் சரளமாக ஆங்கிலத்தில் சமாதானம் பேசிக்கொண்டே பின்னே நடந்தவன் அப்பு விஜய் மடியில் போய் அமரவும், ஒரு பெருமூச்சை விட்டு கொண்டான்.

சத்யா எதுவும் பேசாது சோஃபாவில் அமர்ந்து கொள்ள, சட்டென விஜய் மடிவிட்டு இறங்கி அப்பனின் முன் போய் நின்று வாயை திறக்க, சத்யா மருந்தை கொடுக்க பிடிவாதம் இல்லாது குடித்து கொண்டான். கோகிலா இதை எல்லாம் பார்த்துவிட்டு,

" உன் பொண்டாட்டி எங்க சத்யா? அவளுக்கு பையனை பத்தி கவலையே இருக்காதா? நீயே கங்காருகுட்டியை மடியில தாங்குற மாதிரி தாங்கிட்டு இருக்க "

" அவளுக்கு நேத்து வெளிய போன சோர்வு தூங்குறா, மதியமாகும் திருப்பள்ளி எழுச்சி நடக்க, அதும் இல்லாம என் பையனை நான் பார்த்துக்க கூடாதா? "

" சரி.. சரி.. எந்த வருஷம் உங்களுக்கு கல்யணமாச்சு? உன் கல்யாண தேதியை சொல்லு "

" நாங்க இன்னும் கல்யாணமே பண்ணிக்கல கோகிமா "

" என்னடா சொல்ற சத்யா? கல்யாணம் பண்ணிக்காம? எவ்ளோ தைரியம் இருந்தா என்கிட்ட இதை சொல்வ நீ? ஜோதி அக்கா.. இதை கேளுங்களேன்.. "

" நான் இருக்கிறது லண்டனில், அங்க இதெல்லாம் சகஜம். ஒரு தாலியோ மோதிரமோ இருந்தா உங்களுக்கு எல்லாம் சரி இல்ல? அது இல்லாம இதோ அப்பு இருக்கிறது பிரச்சனையா தெரியுதா? "

" சத்யா கோவப்படுத்தாத.. நீ இருக்கிற இடம் எதுவா வேணாலும் இருக்கட்டும். முறையான வாழ்க்கையை வாழனும் கொஞ்சம் கூட எண்ணம் இல்லையா? ஓ அதனால் தான் அவ உன்னோட உன் வீட்டில் இல்லையா? அதான் நீயே உன் பையனை பார்த்த்துக்குற சரியா? "

" எங்களுக்கு கல்யாணம் தேவையில்லை. அனு புராஜக்ட் பண்ணிட்டு இருக்கா, அப்பு பிறந்து ஒரு வருஷம் கனடா போய் இருந்தா, அவளுக்கு தனி வீடு, சொத்து எல்லாம் லண்டனில் இருக்கு, ஏன் அவ அவளோட சுயத்தில் நிக்க கூடாதா? நாலு வயசு பையன்கிட்ட விசாரணை பண்ற அளவுக்கு என் மேல உங்களுக்கு அக்கறையா? இல்ல சந்தேகமா? எட்டு வருஷமா நாம் இருக்கேனா செத்தேனான்னு கூட தெரியாது. இப்ப மட்டும் எங்க இருந்து வந்தது அக்கறை? முறையா நடக்கனுமாம் என் வாழ்க்கையில் எது முறையா நடந்துச்சுன்னு சொல்லுங்க? " சத்யா கத்தவில்லை பொறுமையாய் தான் பேசினான் ஆனால் அதுவே ஆயிரம் சவுக்கடிகள் போல அனைவருக்கும் வலித்தது.

" அப்புறம் அப்புகிட்ட தேவை இல்லாத கேள்வி எல்லாம் கேட்காதீங்க. அவன்

சின்ன பையன். என்கிட்ட கேளுங்க என்ன தெரியனும் உங்களுக்கு? என்னை காயப்படுத்த, கேள்வி கேட்க, திட்ட, அடிக்க, என்ன செய்யவும் உங்களுக்கு உரிமை இருக்கு, அனுவையும் அப்புவையும் விட்டுருங்க. அவங்க உலகம் வேற.. அதுல இந்த வலி எல்லாம் அவங்களுக்கு வேண்டாம்... " சத்யா வார்த்தைகளை வலியோடு கூற, மருந்து குடித்த கலக்கத்துக்கு வியாஷ் கண் சொருக மகனை தோளில் போட்டு கொண்டு அறைக்கு சென்று விட்டான்.

11

மதியம் உணவு உண்ண வந்த சத்யா வாஞ்சியோடு நீண்ட நேரம் பேசிக்கொண்டு இருந்தான். அப்புவை கார்ட்டூன் போட்டு மாடியிலேயே பிடித்து வைத்து கொண்டான். சிறுவனை அனைவருக்கும் தேடியது.. விஜய் ஜிஷ்ணுவை விட்டு வியாஷ் வேண்டும் என்று சத்யாவின் கேட்க செய்ய, மருமகனுக்காக மகனை அறையை விட்டு வெளியே அனுப்பினான். இதை எல்லாம் பார்த்துவிட்டு அனுவே இது என்னவென்று யோசனையில் மூழ்கி போய் இருந்தாள்.

மாலை தேநீர் நேரத்தில் கீழே வந்தவள், வித்யாவை தேடி போய் அவள் முன் நிற்க,

" சொல்லுங்க அண்ணி என்ன விஷயம்? "

" என்னாச்சு உங்க அண்ணனுக்கு? நான் தூங்குன நேரத்தில் யாரு என்ன செஞ்சாங்க என் செல்லத்தை, என் பேபிக்கு முகமே விழுந்துகிடக்கு.." அனு சோகமாய் கேட்க, ஹரியும் சூர்யாவும் சிரிக்க,

" நீங்க தாலி இல்லாம பிள்ளை பெத்த கதையை மாமா சொன்னாரா... அதுக்கு கோகிலா அத்தை மாமாவை வெளுத்து வாங்கிட்டாங்க.. " ஆதிரா கூற, தேன்மொழி அருகில் இருந்து ஆம் என்று தலையசைத்து கூற,

" என்ன பேசினாங்க.. " அனு கேட்க, நடந்ததை எல்லாம் கூறினாள் வித்யா.

அனைத்தும் கேட்டு அமைதியாய் அமர்ந்து இருப்பவளை பார்த்து மூவரும் ஒருவரை ஒருவர் பார்த்துக்கொள்ள, அப்போது அன்பு அவளின் அருகில் வந்து அமர்ந்து,

" ஏன் அனு சத்யாவை பிரிஞ்சி உன்னால வாழ முடியுமா? "

" என்ன.. என்ன கேட்ட? "

" சத்யாவை பிரிஞ்சி உன்னால வாழ முடியுமான்னு கேட்டேன்.. "

" நான் ஏன் அவனை பிரியனும்? அது என்னிக்கும் நடக்காது."

" அப்ப கல்யாணம் பண்ணிக்க.. அடுத்த வாரத்தில் ஒரு நாள் நம்ம குலதெய்வ கோவில் போவோம். அப்ப அங்கேயே சத்யா கையாள தாலி கட்டிக்கோ.. எந்த பேச்சும் வராது.. யாருக்கும் கஷ்டமும் இருக்காது. " அன்புச்செல்வி கூறவும் அனு எந்த பதிலும் கூறாது எழுந்து அறைக்குள் சென்று இருந்தாள்.

இரவு உணவு அப்புவுக்கு அறைக்கு சென்று இருக்க, சத்யாவும் அனுவும் இரவு உணவுக்கு கீழே வரவில்லை. பால்கனியில் அமர்ந்து ஏதோ வேலையில் இருக்கிறாள் என்று நினைத்து சத்யா அவளை தொந்தரவு செய்யாது அப்புவை குளிக்க வைத்து உணவு கொடுத்து, கதை சொல்லி உறங்க வைத்து இருந்தான். ஆனால் அனு இன்னும் அங்கேயே அமர்ந்து இருந்தாள்.

" ஏய் லட்டு.. என்னாச்சு.. ஏன் தனியா உக்கார்ந்து இருக்க? அதும் ஸ்லீப் மோடில் இருக்கிற லேப்டாபை வெறிச்சு பார்த்துட்டே.. " சத்யா கதவில் சாய்ந்து கேட்க,

" சரக்கு அடிக்கனும் போல இருக்கு சுவீட்டி.. "

" அடியே.. டார்லி.. எங்க வீட்டுல அம்புட்டு பேரும் சோஷியல் ட்ரிங்கர்ஸ் தெரியுமா? எனக்கு வேற இங்க எவன் குடிப்பான் கூட தெரியாது. இங்க வேண்டாமே குட்டி பாப்பா.. "

" எனக்கு தலை முழுக்க குழப்பம் சத்யா.. குடிச்சா தான் நான் சரியாவேன். எனக்கு உன்கிட்ட முக்கியமான விஷயம் பேசணும் சோட்டு பிளீஸ்.. "

" போட்டா டா பிளீசை.. இனி வேண்டாம் நான் சொல்லவா முடியும். இரு ஏற்பாடு பண்றேன். " சத்யா கூறிவிட்டு கீழே வர,

" சத்யா சாப்பிட வரலையா ரெண்டு பேரும்.. " ஜோதி கேட்க,

" அது.. பெரியம்மா.. அது வந்து அனு அசைவம் சாப்பிடனும் கேட்டா நான் வாஞ்சி கிட்ட வாங்கிட்டு வர சொல்ல போறேன். நீங்க சாப்பிடுங்க.. ஒன்னும் பிரச்சனை இல்ல.. "

" அவ்ளோ தானா.. சொன்னா நாங்களே செஞ்சு இருப்போம்.. நம்ம வீட்டுல சமைக்க ஆளா இல்ல? " ஜோதி மீண்டும் கேட்க,

" அது.. நம்ம வீட்டில் அவ கேக்குறது செய்ய மாட்டோம் அதான்.. " சத்யா கூற,

" டேய் என்ன வாங்க போற? "

" காடை ஃப்ரை பெரியம்மா.. வேற ஒன்னும் இல்ல.. "

" சத்யா வேற எதையும் வாங்கிட்டு வந்துறாதா டா.. " கோகிலா கெஞ்சலாக கூற, அவர் சொல்லும் பாவத்தில் சிரித்தவன்,

" அப்போ என்னையும் அனுவையும் நீங்க வீட்டை விட்டு தான் வெளிய அனுப்பனும்.. " சொல்லிவிட்டு வெளியே சென்றவன்,

வாஞ்சியை அலைபேசியில் அழைத்து அவனிடம் நீண்ட நேரம் எதையோ பேசிவிட்டு சத்யா உள்ளே செல்ல, கோகிலாவும் ஜோதியும் ஒருவரை ஒருவர் பார்த்துக் கொண்டனர். வாஞ்சி சொன்னது போலவே வாங்கி வந்து கொடுத்து இருக்க, சத்யா நன்றி கூறி வாங்கிக் கொண்டான்.

" டேய் வாஞ்சி.. " சத்யா கிளம்பியவனை அவசரமாய் நிற்க சொன்னான்.

" சொல்லுங்க அண்ணா.. வேற எதும் வேணுமா? "

" எனக்கு வேற வழியே இல்லாம தான் உன்கிட்ட வாங்கிட்டு வர சொன்னேன். நீ நந்தா மாமாகிட்ட உண்மையா இருக்கேன் என்னை போட்டு கொடுத்துறாத சரியா? " சத்யா கூற,

" அதெல்லாம் சொல்ல மாட்டேன். ஆமா அண்ணி எப்படி உங்களை தண்ணி அடிக்க விடுறாங்க? ஒரு லிட்டர்.. தாங்குமா உங்க உடம்பு? " வாஞ்சி கேட்க,

" ஆங்.. என் வாயை புடுங்கமா போய் சாப்பிட்டு தூங்கு போ.." சத்யா அவனிடம் மிரட்டி அனுப்ப, வாஞ்சி சிரித்துக்கொண்டே சென்று இருந்தான். சிரிப்புடன் கீழே வந்தவனை விஜய் பக்கம் அழைத்து தோளில் கைப்போட்டு,

" என்ன வாங்கிட்டு வர சொன்னான்? "

" சாப்பாடு அண்ணா.. "

" பொய் சொன்னா, நந்தாப்பா வந்தா அப்படியே சொல்வேன். அவர் கேட்பார் அ.. "

" ஏன் விஜய் அண்ணா நம்புங்க.. நான் ஏன் உங்ககிட்ட பொய் சொல்ல போறேன்.. "

" நான் பார்த்தேன்.. நீ கமுக்கம எடுத்து உள்ள வெச்சதை நான் பார்த்தேன். உண்மையான்னு உறுதி பண்ணிக்க கேக்கறேன். இப்ப உண்மையை சொல்லு பார்ப்போம். "

" ஆமா ராயல் ஸ்டாக் வாங்கிட்டு வர சொன்னார் கூட சாப்பாடும்.."

" ஓ.. நாய் விஸ்கி குடிக்குதா? டேய்.. அவன் கேட்டா, நீ வாங்கிட்டு வர முடியாதுனு சொல்லனும்.. அவன் குடிச்சு சாகனும் நினைக்கிறியா? "

" நான் ஏன் அப்படி நினைக்க போறேன்? எனக்கு சத்யா அண்ணாவை ரொம்ப பிடிக்கும். ரொம்ப கெஞ்சினார் அதான் ஏற்பாடு பண்ணி கொடுத்தேன். ஆனா நீங்க சொல்றதும் சரி தான். ஒரு லிட்டர் ரொம்ப அதிகம்.. "

" ஆனாலும் எங்க அண்ணனுக்கு தைரியம் ஜாஸ்தி இல்ல விஜய் மாம்ஸ்.. " ஹரி கேட்க, சூர்யா ஆம் என்று தலையசைத்து அதை ஆமோதிக்க, வாஞ்சி மட்டும் மூவரையும் பார்த்து விழித்தான்.

" நீ சொன்னதை நாங்க மறந்துறோம். எங்ககிட்ட சொன்னதை நீ மறந்துரு,

இப்போ இங்கிருந்து ஓடு பார்ப்போம்.. " விஜய் கூற, வாஞ்சி விடைபெற்றுக் கொண்டான்.

" சூர்யா உன் ரூமை கொஞ்சம் நேரம் கடனா கொடு.. உன் ரூம் பால்கனி வழியா சத்யா ரூமை பார்க்க முடியும். சைத்தான் வீட்டுக்கு வாங்கிட்டு குடிக்கி-றான்.. உடம்பு என்னாகும்? "

" கேட்டா நான் லண்டன் வாசின்னு சொல்வார் " ஹரி கிண்டலாக கூற, விஜய் அவனை முறைத்தான்.

" எவன் குடிச்சாலும் குடி குடியை கெடுக்கும் தான்.. " சூர்யா கூறவும் இருவரும் அதை சரியென தலையசைத்து கொண்டனர்.

சூர்யாவின் அறை பால்கனியில் வந்து நின்றவர்கள் மெல்ல எட்டிப் பார்க்க, அனு குடிக்க வேண்டிய ஏற்பட்டை எல்லாம் செய்துக்கொண்டு இருந்தாள்.

" அருமையான பொண்டாட்டி இல்ல? வித்யாவும், என் தங்கச்சிங்களும் இதை எல்லாம் பார்க்கனும். பிஸினஸ்காக குடிச்சாலே திட்டுறவங்க நடுவில் இப்படி ஒரு பொண்ணு.. அருமை இல்ல? " விஜய் கமெண்ட் கொடுக்க,

" எது இது அருமையா? சும்மா இருங்க மாப்பிள்ளை என்ன நடக்குதுன்னு பார்ப்-போம்." சூர்யா கூற, மூவரின் கவனமும் அங்கே சென்று இருந்தது.

சத்தம் இல்லாமல் பூனை போல வந்து அமர்ந்த இருவரும், தம்ளரில் விஸ்கியை ஊற்றி சீர்ஸ் சொல்ல, இங்கே மூவரும் அதிர்ந்து இருந்தனர்.

" என்ன மாமா எங்க அண்ணி இப்படி இராவா அடிக்குது.. " ஹரி அதிர்வில் விஜய்யை பார்த்து கேட்க,

" அதே தான்.. கப்புன்னு குடிச்சுட்டா டா.. தண்ணி கூட கலக்காம குடிக்குது பாரேன்.. உங்க அண்ணி ஒரு குடிமகள் போல பெருமைப்பட்டுகுங்க டா.."

அங்கே, சத்யா விஸ்கி டம்ப்ளரை மூக்கின் அருகில் கொண்டு போய் வாசம் பிடிக்க, அனு அடுத்த ரவுண்ட் செல்ல, அவளின் கைப்பிடித்து தடுத்து இருந்தான் சத்யா.

" என் தங்கபுள்ள இல்ல விடு டா.. "

"அடியே குடிக்காரி.. இப்படி தண்ணி குடிக்கிற மாதிரி மடக்கு மடக்குனு குடிக்கிற? நான் இன்னும் முதல் ரவுண்ட் முடிக்கவே இல்ல.. "

" சப்பி சப்பி.. மொக்கை போட்டு குடிக்க எனக்கு நேரமில்ல.. எனக்கு போதை ஏறினா தான் உன்கிட்ட பேச தைரியமே வரும். " சொன்னவள் இன்னும் இரண்டு ரவுண்ட் முடித்து இருக்க, கச்சேரியை தொடங்கி இருந்தாள்.

" அந்த அன்பு.. என்னை.. சத்யா.. "

" உனக்கு ஏறிடுச்சு.. இனி நான் குடிக்க கூடாது.. சத்தம் இல்லாம பேசுடி கப் கேக் அப்புக்குட்டி தூங்குறான். "

" ஆமா.. ஆமா.. அப்பு.. குட் பாய்.. யூர் சன்.. இல்ல.. ல்ல.. அவர் சன்.. மை ஸ்வீட்.. பேபி.. ஆங்.. டேய் சத்யா இந்த அன்பு என்னை தாலி கட்டிக்க சொல்றாடா.. நான்.. நான்.. நான் உன்னை.. "

" சொல்லி தொலைடி இம்சை.. டேய் சத்யா.. இவளோட இன்னிக்கி உனக்கு சிவ ராத்திரி தான். " சத்யா வாய்விட்டு புலம்பிக்கொள்ள,

இங்கே,

" எங்க அண்ணி என்னமோ பேசுது ஒன்னும் கேட்கல.. நடுவுல அன்பு பெயர் மட்டும் வந்துச்சு. " ஹரி கூற,

" என்ன பண்றீங்க மூணு பேரும்? " ஆதிரா கேட்கவும் மூவரும் திரும்பி இவளை பார்த்து விட்டு ஒருவரை ஒருவர் பார்த்துக்கொள்ள, மெல்ல பால்கனியிலிருந்து அறைக்குள் வந்தனர்.

" ஒரு பிசினஸ் டீல் நாளைக்கு மதியம் விஜய் மாம்ஸ் சென்னை போக போறார் அதான் பேசினோம். வேற ஒன்னும் இல்ல.. குட் நைட் அண்ணி " ஹரி சட்-டென சமாளிக்க, விஜய்யும் இரவு வணக்கம் கூறி விடைபெற, ஆதிரா பால்கனி பக்கம் செல்ல, சூர்யா அவளை இழுத்து தன்னோடு சேர்த்துக் கொண்டான்.

" கதவை சாத்திட்டு வா போ.." சூர்யா குழைந்த குரலில் கூற, ஆதிரா கதவை சாற்ற செல்ல நிம்மதி பெருமூச்சு விட்டவன் பால்கனி கதவை சாற்றி இருந்தான்.

" என்னன்னு சொல்லுடி பொம்ம.. நீ என்னை எப்படி கட்டிக்க முடியும்னு கேக்கறியா? விடு அவ தெரியாம பேசிட்டா.. "

" இல்லடா மக்கு.. நான்.. நான்.. உன்னை காதலிக்கிறேன்.. புரியுதா எருமை.. எனக்கு உன் கையால தாலி வேணும்... கண்டிப்பா வேணும்.. கட்டுல குத்தி கொன்னுடுவேன்.. ஐ வில் கில் யூ.. என்னால இனி ப்ரெண்டா இருக்க முடியும் தோணல.. லெட்ஸ் ப்ரேக் அப் அவர் ஃப்ரெண்ட் ஷிப்.. " அனு சொல்லிவிட்டு பாட்டிலை மொத்தமாய் சரிக்க, சத்யா அதை அவசரமாக அவளிடம் இருந்து புடுங்கி வைத்தான்.

" எனக்கு தெரியும்டி முன்னாடியே.. கழுதை லவ்வா என் மேல உனக்கு? நான் சந்தேகப்பட்ட எல்லாத்தையும் உண்மையாகிட்ட இல்ல வாலு நீ.. "

" ஒரு வருஷமா.. ஒரு வருஷமா இந்த காதலை.. சாரிடா செல்லம்.. ஒரு வருஷமா மறைச்சு வெச்சு இருக்கேன் சத்யா இனிமேல்.. ம்ம்.. இனி.. ஒரு நிமிஷமும்.. என்னால முடியாது.. எவ்ளோ மண்டகப்படி வேணாலும் கொடு.. மாட்டேன் மட்டும் சொல்லாத.. என் உயிருக்கு நீ தான் எப்பவும்.. எப்பவும்.. எப்பவுமே துணை.. "

" எல்லாம் தெரிஞ்சும் நீயும் ஏன்.. இது வேண்டாம்டி தங்கம் ரொம்ப வலிக்கும்.. போதும் உனக்கு கஷ்டம்.. என் கஷ்டத்தை கையில ஏந்த நிக்காத.. "

" பிளீஸ் சத்யா.. உன்னோட இருந்தா எல்லாமே.. எல்லாமே சம்மதம் தான் எனக்கு.. எனக்கு நீ வேணும் அவ்ளோ தான். ஐ லவ் யூ பேபி.. பிளீஸ் " அனு அவனை அணைத்துக் கொள்ள, சத்யா அவளை அணைக்காது கண்ணீருடன் அப்படியே அமர்ந்து இருந்தான்.

போதையில் அவள் எதேதோ பேச, இவனோ அவளை தோளில் சாய்த்து உணவை ஊட்டி விட்டான். அனு சாரி என பலமுறை சொல்ல, சத்யா சரியென கூறி அவளை கீழே உள்ள மெத்தையில் படுக்க வைத்து இருந்தான். இவனும் அமைதியாய் உண்டு, இடத்தை சுத்தம் செய்து, பல் துலக்கி விட்டு வந்து மகனின்

அருகில் படுத்தான்.

அனு.. நாற்பத்தி இரண்டு நாட்களாக அவன் மனதில் நடத்திய போராட்டத்திற்கு பதில் கூறி விட்டாள். அவனின் சந்தேகங்கள் உண்மையென உறுதியாகி விட்டது. எதுவெல்லாம் அவனுக்கு வேண்டாம் என்று இருந்தானோ அதை எல்லாம் அள்ளிக்கொடுக்க காத்திருக்கிறாள் இவள். வாங்கும் தகுதி தான் இவனிடம் இருந்தும் வாங்க மனமில்லை.

சத்யா உறங்கும் மகனை பார்க்க, அவனோ அப்பனின் அருகாமையை உணர்ந்து கொண்டு அவன் மீது காலைப்போட்டு தகப்பனின் நெஞ்சின் உள்ளே புதைந்துப்போய் உறங்கினான்.

12

காலை சத்யா கண் விழிக்க, அனு இன்னும் போதையில் உறக்கத்தில் இருந்தாள். இரவு நடந்த அனைத்தையும் நினைவு வர, மெல்ல புன்னகை எட்டிப் பார்த்தது.

அவனின் காலைக்கடன்களை முடித்து வர அப்பு எழுந்து இருந்தான். மகனை மார்பில் போட்டு கொஞ்சியவன்,

" அப்புக்கு இந்த வீட்டில் உள்ள எல்லாரையும் பிடிச்சு இருக்கா? "

" ரொம்ப.. " மகன் கையை விரித்து கூற,

" நம்ம ஊருக்கு போனா யாரையும் பார்க்க முடியாதே.."

" போக வேண்டாம் பாபா "

" அப்போ அப்புக்கு ஸ்கூல், பிரெண்ட்ஸ், ஜார்ஜியா யாரும் வேண்டாமா? "

" அப்போ எல்லாரையும் கூப்பிட்டு போகலாம். "

" பாபா மாதிரி அவங்களும் வேலைக்கு போகனும் அப்பு.. "

" பாபா.. எனக்கு பாட்டி, தாத்தா வேணும்.. "

" சரி பாபா அடிக்கடி இங்க கூப்பிட்டு வரேன் சரியா? இப்ப போய் சமத்தா ப்ரஷ் பண்ணு பார்ப்போம். " சத்யா கூறவும் மகன் குளியலறைக்குள் செல்ல, இங்கே இவன் பெருமூச்சு ஒன்றை விட்டுக் கொண்டான்.

சத்யா மகனோடு கீழே வர, விஜய் அவனை முறைத்து பார்க்க, சத்யா அதை கவனத்தில் கொள்ளாது அவனின் சிந்தனையில் மூழ்கி இருந்தான். ஆகாஷ் அன்புடன் அவர்களின் இல்லத்திற்கு கிளம்பியவன் சத்யா முன் வந்து நிற்க, கவனம் கலைந்தவன்...

" சொல்லுங்க ஆகாஷ்.. "

" அது சத்யா.. எனக்கு உங்களை பத்தி எல்லாமே தெரியும். அன்பு நிறைய சொல்லியிருக்கா.. "

" பழைய விஷயம் எதுக்கு ஆகாஷ் விடுங்க.. "

" என்னோட சந்தோசமா வாழ்ந்தாலும், பல நாள் அன்பு குற்ற உணர்வில் அழுது இருக்கா, இப்போ உங்களை குடும்பமா பார்க்கிறது நிம்மதியா இருக்கு.. நீங்க என்னிக்கும் இதே போல சந்தோசமா இருக்கனும். இந்த வீட்டுல மத்தவங்க உங்-களுக்கு எப்படியோ.. என்னை நண்பனா பாருங்க.. எந்த உதவியா இருந்தாலும் தயங்காம கேளுங்க.. " ஆகாஷ் தயங்கி கூறி முடித்திருக்க, சத்யா முகத்தில் புன்னகை.

" நன்றி.. " சத்யா ஒற்றை வார்த்தையில் முடித்து விட, இருவரும் விடைப்பெற்று கொண்டனர்.

காலை உணவை மகனுக்கு மட்டும் கொடுத்தவன், மீண்டும் சிந்தனையில் மூழ்கி இருந்தான். பின் வாஞ்சியை அழைத்து எதோ பேசிவிட்டு, அப்புவை கிளப்பி கொண்டவன்.

" கோகிமா அனுவா எழுந்து வர வரைக்கும் அவளை எழுப்ப வேண்டாம். நானும் அப்புவும் வெளிய போறோம். மதிய சாப்பாடு எங்களுக்கு வேண்டாம். "

" சாப்பிடலையா நீ? "

" வேண்டாம் மா.. அனுவை மட்டும் பார்த்துக்கோங்க.."

" நீங்க எங்கப்பா கிளம்பிட்டு இருக்க? "

" டூர் போலாம் ஐடியா.. வீட்டுல ஒரு வேலையும் இல்ல.. ஆஃபீஸ் வேலைக்கும் லீவ்.. அதான் அப்பு கூட ஊர் சுத்தலாம்னு.. "

" சரிதான்.. போய்ட்டு வாங்க.. " கோகிமா கூற, ஜோதி புன்னகைத்து கொண்டார். சத்யா கிளம்பவும்,

" ஏன் கோகிலா அவன் நம்மை கூட இருக்க கூடாது, அவன் மகன் நம்ம கூட ஒட்ட கூடாதுன்னு இழுத்துட்டு போறான். நீ சரின்னு சொல்ற.. என்னவோ போ.. "

" அக்கா என்ன சொல்றீங்க? "

" அதான் உண்மை.. இவன் ஒட்ட மாட்டான் கோகிலா. அவன் அப்பாகாக வந்தானாம்.. நம்ம எல்லாம் யாரு அப்போ.. "

" அப்படி என்ன தான் ஆச்சுன்னு சொல்லுங்களேன் அத்த.. " ஆதிரா கேட்க,

" போ போய் உன் புருஷனை கிளப்பி விடு, அதுக்கு அப்புறம் பொறுமையா பேசலாம். " ஜோதி சொல்ல, அனைவரும் கலைந்து சென்றனர்.

மதியம் விஜய், அறிவுமதி, சூர்யா மூவரும் மதிய உணவை முடித்து கிளம்பி சென்று இருக்க, மற்றவர்களும் உண்டு விட்டு அமர்ந்தனர். அனு மட்டும் இன்னும் எழவில்லை.

" இந்த அனு இன்னுமா தூங்குறா? இவளோட சத்யா எப்படி இருக்கான்னு சத்தியமா புரியல எனக்கு, அஞ்சு மணிக்கு எழுந்து நிக்கிறவனுக்கு இப்படி ஒரு பொண்டாட்டி.. " கோகிலா சலித்துக்கொள்ள,

" விடுங்க.. ஓய்வா இருக்கும் போது தானே தூங்க முடியும்.. " ஹரி அவளுக்கு சாதகமாக பேச, பெண்கள் அனைவரும் அவனை ஏற இறங்க பார்த்து வைத்தனர்.

பின் அனைவரும் ஒன்றாக அமர, ஹரி தான் சொல்ல தொடங்கி இருந்தான்.

" ஆதி அண்ணி.. சூர்யா அண்ணா கெட்டவன் இல்ல. இதை கேட்டு நீங்க அவன் மேல கோவப்பட கூடாது.. எல்லாம் எங்க கெட்ட நேரம் தான் சொல்-

லனும். "

" என்ன ஹரி.. சூர்யாவை போய்.. அவர் குணம் எனக்கு தெரியாதா? நீங்க சொல்லுங்க "

ராகவன் எதிர்பாரா விதமாக விபத்தில் இறந்து விட, அண்ணனின் வீட்டுக்கு பிள்ளைகளுடன் வந்து சேர்ந்து இருந்தார். சத்யாவுக்கு விஜய் தன்னோடு இருக்க போகிறான் என ஒரு பக்கம் சந்தோசம் இருந்தாலும் அவன் மாமா இல்லாது போனதில் அவனுக்கும் வருத்தம் தான்.

அதன்பின் விஜய், அன்பு இருவரையும் இயல்பாக மாற்றுவதே அவனின் கடமையாக மாற்றிக்கொண்டான். அறிவு ராகவனின் இடத்தை தொழிலில் நிரப்பி அண்ணனோடு அலுவலகம் சென்று விட, ஆறு பிள்ளைகளும் ஒன்றாக ஒரே வீட்டில் வளர, உதவிக்கு என செல்வசுந்தரி அழைத்து வந்தவர் தான் கோகிலா. கணவன் இல்லாத அவருக்கு வாழ்வின் பிடிப்பு எல்லாம் இவர்கள் ஆறு பேரும் தான். அதில் அனைவருக்காகவும் அனுசரித்து போகும் சத்யாவின் மீது கொஞ்சம் அதிகமாக பாசம் வைத்து இருந்தார்.

ஆனால் அறிவு எதை செய்தாலும் சத்யாவை மட்டும் ஒதுக்க ஆரம்பித்தார். சுந்தரிக்கு அறிவின் எண்ணம் புரிந்தாலும், மகனின் முகம் சுருங்கும் முன் அதை நிறைவேற்றி வைத்து விடுவார். அவர் ஒன்றும் இல்லாத வீட்டின் பெண் இல்லையே? சிவாவின் சொத்துகளுக்கு சரி நிகர் செல்வத்தில் வளர்ந்த கோடீஸ்வர சீமாட்டி அல்லவா? அவரின் சொத்துகள் அனைத்தும் அவரின் செல்வ மகன் ஒருவனுக்கு தானே?

சத்யா ஒதுக்கத்தை உணர முடியாத அளவுக்கு பார்த்துக்கொண்டார் சுந்தரி. சத்யாவை ஒதுக்க அறிவுமதி எடுத்த ஆயுதம் தான் இப்போது சத்யாவின் மொத்த வாழ்வையும் மாற்றியது. அந்த ஆயுதம் தான் சூர்யா.

கொஞ்சம் கொஞ்சமாய் அவன் நெஞ்சில் நஞ்சை கலக்க ஆரம்பித்து இருந்தார். வீட்டின் பொறுப்புகள் அனைத்தும் சுந்தரியின் கையில் இருக்க, தன் தாய் வேலைக்காரி போல இருக்கிறாள் என்று சூர்யாவின் நெஞ்சில் முதல் கோபம். சத்யாவை எதிர்யாக்கி இருந்தது. அவனுக்கு தான் எதிலும் முன்னுரிமை. யார் மறுத்தாலும் அவன் தானே மூத்தவன்?

அது புரியாது சூர்யா அவன் மீது வெறுப்பை வளர்த்தது தவறு. அறிவு சுட்டி காட்டிய இடத்தில் எல்லாம் தன் தாய் தான் பாவம் என்று தோன்றியது. சென்னையில் அம்மா எங்களுக்கு என வேலை செய்ய, இங்கே சுந்தரி மற்றவர்களை வேலை வாங்கிக்கொண்டு இருந்தார். சிவா பொள்ளாச்சி வரும் நேரங்களில் எல்லாம் சுந்தரி அவரை கோவிலுக்கு, விஷேசத்திற்கு என அழைத்து செல்ல, தன் தாயை ஒதுக்கி வைத்து இருந்த தகப்பன் மீது கோவம் வந்தது.

பூனை கண்ணை மூடினால் உலகமே இருண்ட தென்று நினைக்குமாம். அப்படி தான் இருந்தது சூர்யாவின் நிலை. வருட இறுதியில் வரும் மகனுக்கு கிடைக்கும் வரவேற்பு அவர்களுக்கு இல்லை என்று தோன்றும் அவனுக்கு, உண்மையில் இவர்கள் அனைவரும் அதாவது விஜய், சூர்யா, வித்யா, ஹரி அன்பு என அனைவரும் படித்தது சென்னையில், அங்கே உதவிக்கு என அறிவும் ஜோதியும் அவர்களோடு இருந்தனர். ஆனால் சத்யா கோவையில் விடுதியில் தங்கி படித்துக்கொண்டு இருந்தான். அதனால் அவனுக்கு கொஞ்சமே கொஞ்சம் தான் பாசங்களும் சலுகைகளும் கிடைத்தது.

மூத்தவன் வீட்டின் தலை வாரிசு என சிவபிரகாசம் யார் முன்னும் கூறி விட்டால் அன்று முழுக்க சூர்யா உணவு உண்ண வர மாட்டான். சத்யா கேட்டால் சிவா அனைத்துக்கும் தலையாட்டி விடுவார். அதுவே சூர்யா, ஹரி கேட்டால் சத்யாவை அழைத்து விசாரித்து விட்டு தான் அதற்கு ஒப்புதல் தருவார். சத்யாவை கண்டு ஊரே தரும் மரியாதை தனக்கும் தன் குடும்பத்துக்கும் இல்லையென தோன்றியது அந்த கண்ணை மூடிய பூனைக்கு.. இப்படி அறிவு கண்ணை மூடிக்கொண்டதே?

கோவையில் உள்ள அவனின் நண்பர்கள் கூட சத்யாவின் புகழ் பாடுவார்கள். சத்யா முடி சூடா மன்னாக கல்லூரி மாணவர்களின் மனத்தில் பதிந்து நின்ற காலமது. அவனின் திறமைக்கு கிடைத்த அங்கீகாரம் அவை. ஆனால் அதுவும் கூட அந்த வயதில் சூர்யாவை எரிச்சலடைய செய்தது. கொஞ்ச கொஞ்சமாய் சத்யா தனக்கு எதிரி என்பது போல நினைக்க தொடங்கி இருந்தான் சூர்யா. சரியான நேரத்தில் அவனையும் அவனின் அம்மாவையும் பழிவாங்கி விட வேண்டும் என்று காத்தும் இருந்தான்.

ஆனால் சத்யா அவனோடு தம்பி தங்கைகளுக்கு எது தேவை என்றாலும் செய்து கொடுத்தான். சிறியவர்கள் எதை கேட்டாலும் அப்பா முன் நின்று திட்டுகளை வாங்கிக்கொண்டு இளையவர்களுக்கு பெற்றுக் கொடுத்தான். பெரியம்மா, சூர்யா, ஹரி, வித்யா அனைவரையும் தன் குடும்பம் போல பார்த்து காத்தான். வித்யா-

வுக்கு தெரியும் எத்தனை பேரை தனக்காக அடித்து இருக்கிறான் என்று, சூர்யா காட்டாத அக்கறையை சத்யா காட்டி இருந்தான். காரணம் சூர்யா இயல்பாகவே அதிகம் பேசாதவன். அவனின் உள்ள உணர்வுகளை வெளிப்படுத்த மாட்டான். ஆனால் சத்யா அதற்கு நேர் எதிரான ஒருவன். எந்த ஒளிவம் மறைவும் கிடை-யாது அதனால் அவனை அணுகுவது சுலபமாக இருந்தது தங்கைக்கு, ஹரிக்கும் கூட அவன் நல்ல நண்பன்.

சூர்யா என்றாலே சத்யாவின் முகம் புன்னகை பூக்கும். அவனே குழந்தையாய் இருந்த போது, அவன் கைகளில் குழந்தையாய் தவழ்தவன். தன்னை அண்-ணனாக மாற்றி பொறுப்புகள் கொடுத்தவன். தன்னோடு தன் தாயின் உதிரம் குடித்து வளர்ந்தவன் என்பதே இன்னும் இன்னும் அன்பை கொடுத்தது அவன் மீது, தம்பி உடையான் படைக்கு அஞ்சான் என்பது போல, இந்தியா டவர்ஸ் முழுவதையும் ஆள போகும் நாளைய மன்னன் அவன் என்பது சத்யாவின் எண்-ணம். அதனால் அவன் படிப்புக்கு எந்த தொந்தரவும் வர விட்டதே இல்லை. அவன் எதை பயின்றால் அவனின் வாழ்வுக்கு நல்லது என அந்த வயதிலேயே அக்கறை எடுத்து வழிகாட்டிய அண்ணன் அவன்.

சுந்தரியின் செல்வ மகன் அவன், சத்யா மீது உயிரையே வைத்து இருந்த தாய். அவன் கொஞ்சம் முகம் சுருங்கினாலும் மனம் உடைந்து போகும் இவருக்கு, அதே போல அம்மா சொன்னால் எதுவும் சரிதான். அம்மா என்ன செய்ய சொன்-னாலும் மறுக்காது செய்து விடுவான். ஏன் என்று கேள்வி கிடையாது. அவன் மனதில் தாயிக்கும் மறைத்த ஒரு விஷயம் என்றால் அது அவனின் காதல். ஆம் காதல்.. உலகில் உள்ள அத்தனை கள்ளத்தனமும் கற்றுக்கொடுக்கும் காதல் இவனை மட்டும் விட்டு விடுமா?

மீசை அரும்பிய பதின் பருவ வயதில் பூத்த காதல் இது. தந்தை இல்லாத பெண்ணாக இருக்கும் அத்தை மகளின் மீது அன்பும் அக்கறையும் அவனுக்கு சிறுவயதிலேயே உண்டு. ஆனால் எப்போது? எப்படி மனதில் வந்து ஒட்டிக்-கொண்டாள் என இவனுக்கே தெரியவில்லை. நான்காம் வருட இளங்கலை கட்டி-டகலை பயின்று கொண்டு இருந்தான் சத்யா. சென்னையில் புகழ்பெற்ற கல்லூரிக்-குள் இளங்கலை தகவல் தொழில்நுட்பம் பயில அடியெடுத்து வைத்து இருந்தனர் வித்யா, ஹரி, அன்புச்செல்வி மூவரும். அப்போது விஜய் அதே கல்லூரியில், அதே இளங்கலை தகவல் தொழில்நுட்பம் படிப்பின் நான்காம் ஆண்டான இறுதி-யாண்டு பயிலும் மாணவன். சூர்யா அதே படிப்பில், அதே கல்லூரியில் மூன்றாம் ஆண்டுக்குள் சென்று இருந்தான்.

எப்போதும் வரும் நலவிசாரிப்பு அழைப்பு என அன்புடன் பேசிக்கொண்டு இருந்தவனுக்கு அன்பே கூறி இருந்தாள் அவளின் நேசத்தை, அவன் மீதான அவளின் உள்ளத்து நேசத்தை பகிர்ந்து கொண்டாள். படிக்கும் பெண்ணை சஞ்சலப்படுத்த வேண்டாம் என்று, தான் தானே உரிமைப்பட்டவன் நேரம் வரும் போது பேசிக்கொள்வோம் என்று, சத்யா கேட்டால் அப்பா எதையும் தருவார் என்ற எண்ணத்தில் அவன் மனதில் அடக்கி மறைத்த காதலை பெண்ணவள் கூற, இனி எதை மறைக்க? அவனும் மனம் திறக்க அதன் பின்னர் இருவரின் நேசமும் வளர்ந்து கொண்டு இருந்தது. மாமா என அவளும், அன்பு என இவனும் காதலில் கரைந்து போய் இருந்தனர். எல்லாம் சரியாய் தான் போய் கொண்டு இருந்தது சூர்யாவின் எண்ணங்களை தவிர, அறிவுமதி பற்ற வைத்த தீ அவனுள் வளர்ந்து கொண்டே இருந்தது.

இன்பத்தில் இருந்த அறிவுமதிக்கு அதிர்வை கொடுக்க வந்தது அந்த தீபாவளி திருநாள்.

13

சத்யாவுக்கும் சூர்யாவுக்கும் இறுதியாண்டு அது, விஜய் இளங்கலை முடித்து முது-கலை முதலாம் ஆண்டில் இருந்தான். மற்ற மூவரும் இரண்டாம் ஆண்டு படித்-துக்கொண்டு இருந்தனர். அப்போது தான் வந்தது அந்த தீபாவளி திருநாள்.

தீபாவளி இனிதாய் தொடங்கி இருந்தது அனைவருக்கும் குளித்து, கடவுளுக்கு நன்றி கூறி, பூஜை முடித்து, புத்தாடை அணிந்து, இனிப்பு உண்டு கடைக்குட்டி ஹரியின் கையால் சரவெடி வைக்க, தேவிபட்டினமே விழித்து கொண்டது.

காலை உணவை முடித்திருக்க சூர்யா அவனின் நண்பர்களை காண சென்று விட, ஹரியும் வித்யாவும் அவர்களின் பள்ளி தோழர்கள் இல்லம் செல்வதாக கூறி சென்று விட, சத்யா விஜய் மடியில் படுத்து டிவி பார்த்துக் கொண்டு இருந்தான்.

" ஏன் மாப்பிள்ளை படிப்பு எல்லாம் எப்படி போகுது? " சத்யா கேட்க,

" அது நல்லா தான் போகுது. எனக்கு தான் அடிக்கடி உன்னை தேடுது. " விஜய் சோகமாய் பதில் கூற,

‘ அண்ணனுக்கும் தங்கச்சிக்கும் இதுல நல்ல பொருத்தம்..’ சத்யா மனதில் எண்ணி சிரிக்க,

" டேய்.. மிஸ் பண்றேன் சொல்றேன். சிரிக்கிற.. "

" என்னோட படிக்க வான்னு கூப்பிட்டேன் வந்தியா? உனக்கு ஐடி தான் வேணும், அதே போல எனக்கு ஆர்க்கிடெக்ட் வேணும் வேற என்ன செய்ய சொல்லு? "

" யாப்பா என்னால அஞ்சு வருசம் ஒரே படிப்பை படிக்க முடியாதுடா.. அதும்

போக அம்மாக்கு இதான் விருப்பம்.."

" இதுக்கே இப்படி மூஞ்சியை தூக்குற நான் லண்டன் போக போறேன் மேல படிக்க இப்ப சொல்லுங்க சார்.. உங்க ஃபீலிங் என்ன? "

" செருப்புல அடிப்பேன் நாயே.. இங்கேயே புடுங்கு போதும்.. "

" என்னடா இப்படி பேசற? ரெண்டு வருசம் தான். அப்புறம் இந்தியா வந்து புதுசா தொழில் தொடங்கி.. அப்படியே.. "

" அப்படியே வாயில இன்னும் அசிங்கமா வருது பேசவா? "

" விஜய்.. என் கனவுடா இது, ஆர்கிடெக்ட் ஆகனும், சொந்த வீட்டை டிசைன் பண்ணனும். இன்னும் நிறைய.. நீ என்னடா என்னை படிக்கவே போக வேண்டாம் சொல்ற? "

" சரி படிக்க போய்ட்டு வா. அப்புறம் என்னை பிரிஞ்சி எங்கையும் அனுப்ப மாட்டேன். "

" தாங்க்ஸ் மச்சி.. "

" இதுக்கு ஒன்னும் குறை இல்ல.. நல்லா மடியில படுத்து ஐஸ் வையு நீ.. "

இருவரும் சண்டையில் அன்பும் நட்பும் வளர்த்த, அங்கு வந்த அறிவுமதி சத்யா மகன் மடியில் படுத்து இருப்பதை பார்த்து விஜய்கு வேலை சொல்ல, சத்யா அன்பை தேடி அவள் அறைக்குள் எட்டிப்பார்க்க, தொலைக்காட்சி பார்த்துக்-கொண்டு இருந்தவள் சத்யாவுடன் மொட்டை மாடிக்கு சென்று இருந்தாள்.

" தயவு செஞ்சு படிப்பை பத்தி பேசி மொக்கை போடாதா சத்யா.. "

" இந்த புடவை உனக்கு அழகா இருக்கு அன்பு..." சத்யா சொல்லிவிட்டு வேறு எதுவும் பேசாது அமைதியாக இருக்க,

" என்னாச்சு என் மாமாக்கு? "

" ம்ம்.. லண்டனுக்கு படிக்க போறேன் சொன்னா உங்க அண்ணன் சாமியாடுறான். நீ படிப்பை பத்தி பேசாதன்னு சொல்ற நல்ல ஒற்றுமை உங்களுக்கு.. "

" ஆமா.. பிரிவு வலின்னு உனக்கு புரியல.. நானா பிரியனும் நிக்கிறேன்? படிப்பு முக்கியம் என் கனவு அது.. "

" போதும் போதும்.. போய்ட்டு வாங்க நீங்க வரும் போது எனக்கும் படிப்பு முடிஞ்சுடும். அப்புறம் நம்ம கல்யாணம் தான்.. "

" ஆமா இருபத்தி நாலு வயசில் கல்யாணம் பண்ணிக்கிறேன் சரியா? "

" கொஞ்ச நாள் இந்தியா டவர்ஸ் போய் நம்ம பிசினஸ் பொறுப்புகளை பார்த்துக்கோ, மாமா சொந்த பிசினஸ் ஆரம்பிச்சு, சொந்த காலில் நின்னுட்டு அப்புறம் பண்ணிக்கிறேன். "

" கல்யாணம் பண்ணிட்டு பிசினஸ் பண்ணா ஆகாதா? "

" நம்ம கல்யாணத்துக்கு யார் எதிர்ப்பு சொல்ல போறாங்க? கல்யாணம், காதல் எல்லாமே பொறுப்பு, என் பொண்டாட்டிக்கு இதுவரை நான் பரிசே வாங்கி தரல ஏன் தெரியுமா? அது எல்லாம் என் அப்பா, அம்மா காசு. உனக்கு எல்லாமே என் காசில் செய்யனும். அதுக்கு நான் சொந்த சம்பாத்தியம் செய்யனும் புரியுதா? "

" புரியுது.. "

" பக்கத்துல வா.. " சத்யா கை நீட்டி அவளை பக்கம் அழைக்க, அவன் அருகில் வந்தவளை அமர வைத்து தோள் மீது கைப்போட்டு அவனோடு தோள் சேர்த்துக் கொண்டான்.

" எனக்கு இந்த படிப்பு, பணம், தராத ஒரு பாதுகாப்பு உன்கிட்ட தான் மாமா கிடைக்குது. என் அப்பாக்கு அப்புறம் எனக்கு எல்லாமே நீ தான், என்னால நீ இல்லாம வாழ முடியாது.. "

" அச்சோ.. லண்டன் போகலமா நான்.. நீ எதையும் யோசிச்சு கலங்காத பிளீஸ்.. "

" இல்ல நீ போய்ட்டு வா மாமா.. எனக்கு எந்த பிரச்சனையையும் இல்ல. "

" என் அன்போட அன்புக்காக எதையும் விட்டு தரலாம். நான் போகல.. "

" உன் படிப்பு வீணா போகும் மாமா.."

" போகட்டும்.. இந்தியாவில படிப்போம்.. "

" உன் கனவு மாமா இது விளையாடதே.. "

" உனக்காக எதையும் செய்வேன்டி பொண்டாட்டி.. " சத்யா புன்னகையுடன் கண் சிமிட்டி கூற,

" லவ் யூ சோ மச் மாமா.. " அன்பு அவனின் கன்னத்தில் இதழ் பதிக்க, இன்பமாக கண் விரிந்தவன், இன்னொரு கன்னத்தை காட்ட, அதில் மென்மையாய் கைகளால் வருடி விட்டு சென்று இருந்தாள். சத்யா புன்னகையுடன் அமர்ந்திருக்க, அறிவுமதி அதை பார்த்து விட்டு சென்று இருந்தார். சத்யாவை காலம் முழுக்க அழ வைக்க, அவருக்கு வாய்ப்பு கிடைத்தால் செய்யாமல் விடுவாரா? சிறப்பாக மிக சிறப்பாக செய்ய, பொறுமையாய் காத்திருந்தார். புலி பாயும் முன் பதுங்குமாம் அப்படி இருந்தது அவரின் செயல்.

சத்யா இளங்கலை முடித்த அதே நேரத்தில் தான் சூர்யாவும் முடித்து இருந்தான். இருவருமே பொள்ளாச்சிக்கு ஒரே நாளில் தான் வந்தனர். ஆனால் அவனை தேடி தினம் இளைஞர் கூட்டம் வரும். தோட்டத்தில் அமர்ந்து பேச எழுப்பி இருக்கும் நிழல் குடையில் காத்து இருக்க சொல்லி இருப்பார்கள் வீட்டின் காவலர்கள்.

சத்யா கல்லூரியின் மூடி சூடா மன்னன். கூடைப்பந்து அவனின் விருப்ப விளையாட்டு, மாநில அளவிலான போட்டியில் மூன்று முறை பதக்கம் வென்று வந்தவன். அவன் கல்லூரி கூடைப்பந்தாட்ட அணிக்கு தலைவன். கோவையில் அவன் விளையாடாத கூடைப்பந்தாட்ட போட்டிகளே கிடையாது. பல ஆரம்பநிலை கூடைப்பந்தாட்ட வீரர்களுக்கு பணமும் பொருளும் கொடுத்து உதவி இருக்கிறான். அவனின் கனிவும் கண்ணியமும், அன்பும் அக்கறையும் அனைவரையும் அவனுக்கு ரசிகனாக வைத்து விடும். கல்லூரி காலம் அவன் வாழ்வில்

வசந்த காலம்.

அப்பாவிடம் பேசி மாணவர்களுக்கு நிறைய உதவி செய்வான். அது அறிவுக்கு பிடிக்காது. யார் வீட்டு சொத்தை யார் வாரி வழங்குவது? மனதில் இவனுக்கு கர்ணன் என்ற நினைப்பு என பல நாள் கோவப்பட்டு இருக்கிறார். மொத்தமாய் அவனை பழிவாங்க வந்தது அந்த நாள்.

இந்தியா டவர்ஸ் தொடங்கி இருப்பத்தி ஐந்து ஆண்டுகள் முடிந்திருக்க, அன்று அதை கொண்டாடும் விதமாக மும்பையில் விழா ஏற்பாடாகி இருந்தது. குடும்பத்தில் அனைவரும் மும்பை சென்று இருந்தனர். முன் வரிசையில் அமர போடப்பட்ட நாற்காலிகளில் சுந்தரிக்கும் சத்யாவுக்கும் நாற்காலிகள் இல்லை. மற்ற அனைவருக்கும் நாற்காலி இருந்தது. விழா தொடங்கிய நேரத்தில் சபைக்குள் வந்த தாயும் மகனும் தடுமாற, குடும்பத்தாரும் ஒருவரை ஒருவர் பார்த்துக்கொள்ள, கேமரா கண்களில் விழ கூடாது என அமைதியாய் வேறு இருக்கை தேடி அமர்ந்து கொண்டனர்.

முதல் முறை சத்யாவின் மனதில் சிறு சலனம் தன்னையும் அன்னையையும் ஒதுக்கி வைத்த உணர்வு. அவர்கள் அமர்ந்து இருந்தது நான்காம் வரிசையில் தான். ஆனால் அவன் குடும்பமே முன் வரிசையில் அமர்ந்திருக்க தங்களுக்கு ஏன் இடம் இல்லை என்று கேள்வி. அன்னைக்கு கூடவா முன் வரிசையில் இடமில்லை. சிவா நான்காம் வரிசையில் மகனும் மனைவியும் அமர்ந்திருப்பதை கவனித்து, இருக்கை மாற்றி விட சொல்லி நந்தாவிடம் கூற, சூர்யா கோவமாக அவரை தடுக்க, விழா நேரத்தில் எந்த சச்சரவும் வேண்டாம் என்று அமைதியாய் இருந்து விட்டார். ஆனால் சிவாவின் பார்வை நந்தாவை கேள்வியாக பின்தொடர, விழாவின் பாதியில் இருக்கை மாற்றி முன் வரிசைக்கு வந்தனர் தாயும் மகனும்.

பலர் பாராட்டி பேசி, புதிய திட்டங்களை அறிவித்து, சூர்யாவும் விஜய்யும் தான் அடுத்து நிர்வாகத்தை பார்க்க போகிறவர்கள் என்று சபையில் அறிமுகம் செய்து என இனிதாய் விழா நடைபெற்று முடிய, வந்த விருந்தாளிகள் செல்லும் வரை இன்முகமாக நின்று விட்டு, அனைவரும் இல்லம் வந்து சேர்ந்து இருந்தனர்.

அடுத்த நாள் விழா ஏற்பாடு குழுவை பற்றி நந்தா மாமாவிடம் சத்யா விசாரிக்க, அவர்கள் மீது தவறு இல்லை சூர்யாவின் ஏற்பாடு என்பதை அறிந்த நந்தா பதில் சொல்லாது தயங்க, அந்த நேரத்தில் அங்கு வந்த சூர்யா,

" நான் தான் உங்களுக்கு நாலாவது வரிசையில் இடம் போட சொன்னேன். உங்களுக்கு அதுவே அதிகம் தானே? "

" சூர்யா என்ன பேசறன்னு புரிஞ்சு பேசு.. "

" சரியா தான் பேசறேன். சித்தி அப்பாக்கு ரெண்டாம் தாரம். எங்க அம்மா தான் முதல் தாரம். சட்டப்பூர்வமான மனைவி. நாங்க மூணு பேரும் தான் சட்டப் பூர்வமா அவரோட பிள்ளைங்க. அதனால் தான் இந்த மரியாதை. இதுவே அதிகம் தான். "

" ஹரி, வித்யா ரெண்டு பேருக்கு பதினெட்டு வயசான அப்பவே, நம்ம எல்லாரையும் கூப்பிட்டு இதுக்கு விளக்கம் அப்பாவே சொல்லிட்டார். எல்லாம் தெரியும் முறை இல்லாம பேசாத சூர்யா. தப்பு.. தாயை பழிக்காத பாவம்.. "

" யாரு முறை இல்லாம பேசறது? நானா? எல்லா முறையும் எனக்கு இருக்கு. உனக்கு உன் அம்மாக்கும் தான் எல்லாம் முறை தவறி இருக்கு"

அவ்வளவு தான் கோவத்தில் வெடித்து இருந்தான் சத்யா. சூர்யா வாழ்க்கையில் யாரிடமும் வாங்காத அடி அது. அவன் வாயில் இருந்து இரத்தம் வடிய, வீட்டில் உள்ள இளையவர்கள் கூடத்தில் கூட, அறிவுமதி வந்து நின்று இருந்தார் இருவரின் இடையில், நந்தா அவசரமாக அழைத்து சிவாவிடம் விவரம் சொல்ல, குல தெய்வக் கோவிலுக்கு சென்று இருந்தவர்கள் பூஜையை முடித்து இருக்க கிளம்பி இருந்தனர். அறிவு சத்யாவை அறைந்து இருந்தார்.

" அவன் சொல்றதில் என்ன தப்பு? உன் அம்மா எங்க அண்ணி இருக்காங்கன்னு தெரிஞ்சு தான் எங்க அண்ணனை கல்யாணம் பண்ணிட்டு வந்தா, நாங்க எவ்ளோ சொல்லியும் கேட்காம ஜோதி அண்ணி அவங்க தலையில மண்ணு அள்ளி போட்டுகிட்டாங்க. உங்க அம்மா வந்ததும் உன்னை பெத்துட்டா, உடனே அவளை தலையில தூக்கி வெச்சுகிட்டார் எங்க அப்பா. "

" வீட்டு பொறுப்பு மொத்தமும் அவ கையில, இன்னிக்கி வர தான் இளையவ தானே, சாவியை அக்கா கையில் கொடுப்போம் ஒரு நாள் கூட உன் அம்மாக்கு எண்ணம் வரல, ஏன்? அவளுக்கு தேவை கோடீஸ்வரன் சிவா பொண்டாட்டி சொல்லனும், வீட்டை தன் கட்டுப்பாட்டில் ஆளனும். நீயும் அள்ளி கொடுக்கற

தானே? யார் வீட்டு சொத்து அது? ஏற்கனவே கல்யாணமான ஒருத்தனை பணத்-துக்காக புகழுக்காக கல்யாணம் பண்ண உங்க அம்மா என்ன உத்தமியா வா இருப்பா? ஒழுக்கம் கெட்டவாளா தான் இருப்பா.. "

ருத்ரமூர்த்தியாய் மாறி இருந்தான் சத்யா, அவன் கையை உதறி கொண்ட நிமிடம் விஜய் அவனை அடித்து இருந்தான்.

" நாயே என் அம்மாவை என்ன தைரியம் இருந்தா அடிச்சு இருப்ப, உன் அத்தை டா அவங்க.. " விஜய் கத்திக்கொண்டே அடிக்க,

" உங்க அம்மா பேசினது தப்பு விஜய்.. " இவனும் நண்பனை தடுக்க முயன்றான். ஆனால் இருவரும் வாயிலும் மூக்கிலும் இரத்தம் வர அடித்து கொண்டனர்.

கண்ணீருடன் நின்று இருந்த அறிவுமதி மயங்கி சரிய, சூர்யா பதறி கத்த, விஜய் சத்யாவை விட்டு ஓடி வர, ஹரி மருத்துவரை அழைத்து விவரம் சொல்ல, சத்-யாவை அறையில் அடைத்து வைத்தார் நந்தா. சிவா இல்லம் வந்து சேர்ந்து நேரம் அறிவு எழுந்து அமர்ந்து இருந்தார். சிவா தங்கையை பார்க்க வர, சுந்தரி மகனை பார்க்க அவன் அறைக்கு ஓடினார்.

" உன் பையன், உன் குல கொழுந்து, என்னை அடிக்கிற அளவுக்கு பெரியவன் ஆகிட்டான். இது என் வீடு தானே? எனக்கு உரிமை உண்டு தானே? நான் ஒன்-னும் ஒண்டி பிழைக்க வரல இல்ல? அப்புறம் ஏன் எனக்கு இந்த அவமானம்? "

" எனக்கு என்ன நடந்துச்சுன்னு தெரியாது அறிவு. நந்தாகிட்ட விவரம் கேட்டு என் மகன் மேல தப்பு இருந்தா அவனுக்கு சரியான தண்டனையை நானே தரேன் போதுமா? "

" நந்தா கிட்ட கேக்கணுமா? நான் என்ன போய் சொல்றேன்னா? சரி அவன் இருக்கிற வீட்டில் நாங்க இருக்க மாட்டோம். சொத்தை பிரிச்சு கொடு, எங்க பங்கை வாங்கிட்டு வெளிய போறோம்."

" எங்க போக போற? வயசு பையனையும் பொண்ணையும் வெச்சுட்டு? ஒரே வீட்டில் இருக்க மாட்டேன் சொன்னா என்ன அர்த்தம் அறிவு? நான் சத்யாவை எங்க அனுப்பி விடுவேன்? .. "

" என் அவமானம் உனக்கு பெருசு இல்ல அப்படி தானே? இதே விஜய் உன் மேல கை வெச்சு இருந்தா உன் பசங்க அவனை உயிரோட விடுவாங்களா? "

" பொறுமையா இரு நான் அவனை பார்த்திட்டு, நந்தா கூட பேசிட்டு வந்து சொல்றேன். " சிவா கூறிவிட்டு நந்தாவிடம் விவரம் கேட்க, அவர் விவரம் சொல்ல சத்யாவின் மீது தவறு இல்லை என புரிந்து போனது ஆனால் தங்கையை கை நீட்டி அடித்து விட்டானே? ஆதரவு இல்லாத தங்கையை இப்போது தனியாய் அதுவும் பிள்ளைகள் உடன் வெளியே அனுப்பினால் அதை விட பாவம் வேறு என்ன?

14

இத்தனை நடந்தும் ஜோதி எதற்கும் பேசவில்லை. அவருக்கு சூர்யா மீது கோபம். அதை விட சத்யாவின் மீது தீராத கோபம். வாழும் எங்களுக்கு இல்லாத கவலை எதற்கு இவர்களுக்கு என்று, ஆனால் அறிவை எதிர்த்து பேச அவரால் முடியவில்லை. எல்லாம் சிவா பார்த்து கொள்வார் என விட்டு விட்டார்.

சுந்தரி அறைக்குள் வரவும் சத்யா அம்மாவின் மடியில் படுத்து கதறி இருந்தான்.

" ஏன்டா இந்த கோவம் உனக்கு? நீ சொன்னா நாக்கு சுடுமா? யார் என்ன பேசினா என்ன உனக்கு உன் அம்மாவை தெரியும் தானே? "

" உன்னை ரொம்ப தப்பா பேசுறாங்க மா.. கேட்கவே முடியல.. கொன்னு இருப்பேன்.. அப்பா முகத்துக்காக விட்டேன். "

" தப்பு சத்யா.. நீ செஞ்சது ரொம்ப பெரிய தப்பு.. உன் அப்பா முன்னாடி பேச சொல்லி இருக்கனும் அதை விட்டு அவங்களை பேசவிட்டு வேடிக்கை பார்த்துட்ட, அறிவு அத்தைக்கு உன்னையும் என்னையும் பிடிக்கலன்னு தான் நினைச்சேன். என் ஒழுக்கத்தை அசிங்கம் செய்வாங்கன்னு நினைக்கல. விடு அப்பாகிட்ட நான் பேசறேன். "

சிவா அறைக்குள் வர, தகப்பனை கண்டதும் அமைதியாய் கட்டிலில் அமர்ந்து கொண்டான்.

" ஏன் செல்வா நீ அழற? அடிச்சுட்டு அவனே கல்லு போல உக்கார்ந்து இருக்கான். அழாத இங்க வா என் பக்கத்தில உக்காரு.. "

" இல்லங்க அவன் வேணும் எதையும் செய்யல.. அறிவு அண்ணிக்கு என்னை

பிடிக்காது தான். அதுக்காக இப்படி எல்லாம் பேசி இருக்க வேண்டாமே? எந்த பிள்ளைக்கும் தாயை இப்படி பேசினா கோவம் வர தானே செய்யும்? "

" அதுக்காக அறிவை கை நீட்டி இருக்க கூடாது இல்லையா? அவ வீட்டை விட்டு போறேன் நிக்கிறா, அவ பையனையும் பொண்ணையும் கூப்பிட்டு வெளிய போனா சரி வருமா? ரெண்டும் வயசு பிள்ளைங்க, இவன் கோவம் சரி தான் செல்வா. ஆனா, வயசுக்கு பெரியவளை கை நீட்டினது பெரிய தப்பு. " மனைவி-யிடம் தன்மையாய் கூறியவர், மகனை முறைக்க, அவனோ அப்பனின் கண்ணை நேராக பார்த்தான்.

" போய் அத்தைகிட்ட அடிச்சதுக்கு மன்னிப்பு கேளு. அவ பேசினது தப்பு தான். சூர்யாவையும், அறிவையும் கண்டிக்க வேண்டியது என் பொறுப்பு. ம்ம்.. போ.."

" முடியாதுப்பா.. கேட்க மாட்டேன். அவங்க பேசினது தப்பு, என் அம்மாவை பேசினா யாரா இருந்தாலும் அடிக்க தான் செய்வேன். பெரியவங்க அவங்க என் அம்மாக்கு தராத மரியாதையை என்னால அவங்களுக்கும் தர முடியாது. " சத்யா உறுதியாய் மறுக்க,

" அவ பேசினது தப்புன்னு நானும் தானே சொல்றேன். அவளை அடிக்க உனக்கு என்ன வயசு இருக்கு சொல்லு? அத்தைன்னு மரியாதை இல்ல அப்படி தானே? "

" இருந்தது. ரெண்டு மணி நேரம் முன்னாடி வர, இப்போ இல்ல. "

" அப்பா சொல்றேன் கேட்பியா மாட்டியா? "

" அப்பா.. பிளீஸ்.. "

" சத்யா.. உங்க அப்பா சொல்றது சரி, போய் உன் அத்தைகிட்ட மன்னிப்பு கேளு. மீதியை பெரியவங்க நாங்க பேசிக்கிறோம்." சுந்தரி சொல்லவும் சரியென எழுந்-தவன் தாய் தந்தையுடன் அறிவின் அறைக்குள் வர, விஜய் அவனை தடுத்து இருந்தான்.

" விஜய் நகரு.. பெரியவங்க பேசும் போதும் சின்னப்பையன் உனக்கு என்ன வேலை? " சிவா கொடுத்த சத்தத்தில் ஒதுங்கி நின்று இருந்தான்.

சத்யா கை கூப்பி மன்னிப்பு கேட்க, அறிவு எதுவும் பேசவில்லை. பின் சூர்யா, சத்யா இருவரையும் தனியே அழைத்து பேசி இருந்தார் சிவா. அதன் பின் ஹாலில் அனைவரையும் ஒன்றாக அமர வைத்து ஒரு முறை விளக்கம் கொடுத்து சமாதானம் செய்து இருந்தார். மெல்ல வீட்டில் அமைதி திரும்ப ஆரம்பித்திருந்தது. ஏனோ சுந்தரிக்கு பழைய கலகலப்பு இல்லை. சிவாவிடம் இருந்து நிறைய ஒதுங்கி மகனின் அறையில் அடைந்து கொண்டார். சத்யாவுக்கு உணவு ஊட்டி, மடியில் படுக்க வைத்து தலைவருடி கொடுத்தார்.

" என்னாச்சு மா.. ஏன் எதையோ இழந்த மாதிரி இருக்கீங்க? "

" சத்யா நீ லண்டன் போறியா? படிக்க போகனும் சொன்ன தானே?"

" அது இந்தியாவுல படிக்கிறேன் மா. எனக்கு லண்டன் போக விருப்பமில்ல"

" ஏன் சத்யா என்னாச்சு? நீ லண்டன் போ அங்க தான் உனக்கு நிம்மதியும், சந்தோசமும் கிடைக்கும் என் மனசு உறுதியா சொல்லுது.. "

" அம்மா.. ஏன் இப்படி சொல்றீங்க? "

" அறிவு அண்ணி உன்னை ஒதுக்கிட்டே தான் இருப்பாங்க சத்யா. நீ இங்க இருந்தா விஜய் கூட சண்டை வர வாய்ப்பு இருக்கு. வேண்டாம் சத்யா அம்மாக்கு நீ இங்க இருக்க வேண்டாம். "

" சரி மா.. ரெண்டு வருஷத்துல எல்லாம் சரியாகிடும் தானே? அம்மா.. நான் அன்பை ரொம்ப விரும்புறேன். அவளும் என்னை விரும்புறா, அவளுக்கு இப்ப என் மேல கண்டிப்பா கோவம் இருக்கும். கொஞ்ச நாளில் சரியா போய்டும். அவளால என்னை ஒதுக்க முடியாது, எனக்கு தெரியும்."

" சத்யா.. என்ன சொல்ற? அன்பை?.. இல்லப்பா.. இந்த கல்யாணம் நடக்காது அவ வேண்டாம் உனக்கு.. அம்மா சொல்றதை கேளுப்பா "

" ம்மா.. ஏன் இப்படி பேசறீங்க? என்னால அன்பு இல்லாம முடியாது மா.. அவ தான் என் உயிரே.. அப்பா அத்தையை சமாதானம் செய்து கட்டி வைப்பாரு.."

" இல்ல சத்யா புரிஞ்சுக்க.. இது எல்லாம் விதிடா. ஜோதி அக்கா ஒரு வருஷம் முன்னாடியே வாந்தி எடுத்து இருந்தா, நானும் நீயும் இந்த குடும்பத்துக்கு வந்து இருக்கவே மாட்டோம். என்ன பாவம் பண்ணேன் தெரியல, அறிவு அண்ணிக்கு என்னை பிடிக்கவே இல்ல. அது உன்னையும் பாதிக்குது. ஒவ்வொரு முறையும் இந்த ஒதுக்கத்தை நீ உணர கூடாது தான் கவனமா இருந்தேன். இதோ இப்ப விஜய், சூர்யா உன்னை ஒதுக்கி வைக்க புதுசா ரெண்டு பேர் இருக்காங்க. நான் யாருக்கும் எந்த தப்பும் செய்யல அது புரியாம உன்னை விரட்டிட்டு இருக்காங்க அறிவு அண்ணி.. உனக்கு கண்டிப்பா அவங்க பொண்ணை தர மாட்டாங்க.. இப்பவே தெளிஞ்சுக்க அதான் உனக்கு நல்லது. லண்டன் போ படி, உன் கனவை நிறைவேத்து, அமைதியா வாழு, அது போதும். நீ வேலைக்கு சேர்ந்ததும் அம்மாவும் கூட உன்னோட வந்துடுறேன் சரியா? "

" நம்ம ஏன் போகனும்? இது நம்ம வீடு.. அவரு எனக்கும் தானே அப்பா? என்னால என் அப்பாவை விட்டு போக முடியாது. அப்பாவும் கண்டிப்பா நம்மை வெளிய அனுப்ப மாட்டார். இது எல்லாம் சரியாகும். அறிவு அத்தை எப்படியோ.. ஆனா என் அன்பு நான் கூப்பிட்டா வருவா அவளுக்கு நான்னா உயிர். நீங்க கவலை படாதீங்க எல்லாம் சரியாகும்."

ஒரு மாதம் கடந்து சத்யா முதல் நிலையில் தேர்ச்சி பெற்று இருந்தான். அடுத்து மேல் படிப்பு, லண்டன் செல்லும் முன், அன்புடன் பேச வேண்டும் என்று தோன்ற வார இறுதிக்கு காத்து இருந்தான். அவன் அழைத்தால் தவிர்த்தாள், குறுஞ்செய்தி அனுப்ப முடியாது பிளாக் செய்து வைத்து கொண்டாள். பொறுமையை இறுக்கி பிடித்து ஒரு மாதம் கடந்தவனுக்கு அந்த ஒரு வாரம் செல்வது போராட்டமாக போனது. வார இறுதியில் வந்தவள் இவனை நிமிர்ந்து கூட பார்க்கவில்லை. அன்று இரவு உணவு முடித்து அவளின் அறைக்குள் சென்று இருந்தான்.

" ஏன் அன்பு என்னோட பேச மாட்டியா நீ? எவ்ளோ நாளைக்கு பேச மாட்டேன் சேர்த்து சொல்லிடு உன் கோவம் போற வரை காத்து இருக்கேன். "

" என்னோட பேசாத சத்யா. எனக்கு உன்னை பார்த்தா கோவமா வருது, என் அம்மா சத்யா அவங்க, மரியாதை இல்லாம அடிக்கிற? இதான் உன் படிப்பு உனக்கு சொல்லி கொடுத்துச்சா? "

" உன் அம்மாவும் படிச்சவங்க தான் அவங்க பேசினது மட்டும் சரியா? "

" பெரியவங்க ஆயிரம் பேசுவாங்க உன் அறிவு எங்க போச்சு? ச்ச.. போ வெளிய.. எனக்கு உன்னோட பேச எதுவும் இல்ல.. "

" நான் லண்டன் போறேன். அம்மா போய்ட்டு வர சொல்றாங்க. இப்போ இருக்கிற சூழ்நிலைக்கு அதான் சரின்னு தோணுது.. போகவா அன்பு? "

" போ தயவு செஞ்சு போய்டு.. என் கண்ணு முன்னாடியே வராத.." அறையின் கதவு தட்டும் ஓசை கேட்டு சத்யா கதவை திறக்க, சிவா நின்று இருந்தார். சத்யா அன்பின் அறைக்குள் செல்லவும் அறிவு அண்ணனிடம் சென்று சத்யாவின் வளர்ப்பை பற்றி குறை கூற, சிவா மறுத்து பேச, அண்ணனை அங்கே அழைத்து வந்திருந்தார்.

தகப்பனை கண்டு தலை குனிந்து அறை விட்டு வெளியே வர, அறிவு கோபத்துடன் நின்று இருக்க, சுந்தரி கணவனிடம் கெஞ்சும் முகத்துடன் நின்று இருந்தார். மூத்தவன் என அவர் கொடுத்த சலுகைகள் தொலைந்து போய் இருக்க, அதற்கு பரிசாக தகப்பனின் கையால் கன்னத்தில் அரை ஒன்றை வாங்கி கொண்டான்.

" வயசு பொண்ணு இருக்கிற ரூம் உள்ள ராத்திரி நேரம் கதவு பூட்டிட்டு என்ன? என்னடா? எல்லாம் உன் இஷ்டமா இங்க? எல்லாம் உன்னை சொல்லனும்.. பையன் பையன் தலையில தூக்கிட்டு ஆடு.. இதான் உன் பையனை நீ வளர்த்துன லட்சணம் இல்ல? " மகனிடம் தொடங்கி மனைவியிடம் பாய்ந்து இருந்தார்.

" இல்லப்பா.. அம்மாவை ஏன் திட்டுறீங்க? நானும் அன்பும் ஒருத்தரை ஒருத்தர் காதலிக்கிறோம். நான் லண்டன் போறதை பத்தி சொல்ல தான் வந்தேன். வேற எதும் தப்பா.. இல்ல.."

" கேட்டுக்கோ அண்ணா உன் பொண்ணு வித்யாக்கு தான் என் மகன் விஜய் அதில் மாற்றம் இல்ல. ஆனா, உன் பையன் சத்யாக்கு என் மகளை என்னிக்கும் நான் தர மாட்டேன். என் பொண்ணும் என் பேச்சை ஒரு நாளும் மீற மாட்டா.. " அறிவு முடிவாக கூற,

" பிளீஸ் அத்தை தப்பு அன்னிக்கு உங்க மேல, அதான் மன்னிப்பு கேட்டேன் இல்ல? அன்பு இல்லாம என்னால வாழ முடியாது. அவளும் தான் கேட்டு பாருங்க.. "

" ஏன் அன்பு இவன் சொல்றது உண்மையா? "

" இல்லமா அப்படி எல்லாம் எதுவும் இல்ல. நீங்க என்ன சொன்னாலும் சரி, சம்மதம் எனக்கு.. "

" அப்ப அவன்கிட்ட நீயே சொல்லிடு.."

அறிவு அண்ணனின் கைப்பிடித்து அழைத்து செல்ல, சுந்தரி மகனை கண்ணீருடன் பார்த்துக்கொண்டு நிற்க, சத்யாவோ அன்பின் முன் சென்று நின்று இருந்தான்.

" பயந்து போய் பேசுற தானே? அத்தைக்கு கொஞ்ச நாளில் கோவம் போய்டும் அன்புமா.. நீ நான் வேணும் தைரியமா சொல்லு.. எதுவும் ஆகாது.. "

" எனக்கு நீ வேண்டாம் சத்யா.. "

" ஏய் பைத்தியம்.. நீ என் உயிருடி.. நான் எல்லாத்தையும் சரி பண்றேன். உனக்காக பண்ணுவேன் அன்பு. என்னை நம்புடி.. "

"உனக்கு புரியுதா எனக்கு நீ வேண்டாம் சத்யா.. வேண்டாம் எனக்கு.. என் அம்மாவை அடிச்சவன், அவங்களை காயம் பண்ணவன், அவங்களுக்கு பிடிக்காத நீ எனக்கு வேண்டாம் சத்யா.. என்னை விட்டு போ.. "

" அன்பு நான் இல்லாம உன்னால வாழ முடியாது.. வீம்புக்கு பேசாத.. சரி உண்மையாவே நான் உனக்கு வேண்டாமா அன்பு?"

" வேண்டாம்.. எனக்கு நீ வேண்டாம்.."

" சரி.. நான் உனக்கு வேண்டாம்.. கண்டிப்பா வேண்டாம் இல்ல.? "

" வேண்டாம் சத்யா.. "

" சரி வேண்டாம் போ.. பத்திரமா இரு.. நல்லா படி.. உடம்பை பத்திரமா பார்த்துக்கோ, அழாத கஷ்டமா தான் இருக்கும் திடமா இரு.. நான் போறேன் இனிமேல் உன் வாழ்க்கையில வர மாட்டேன். " சத்யா முடிவாக சொல்லிவிட்டு

வெளியே வர, சுந்தரி மகனை பார்த்து பயந்து போய் நின்று இருக்க, அமைதியாய் அறைக்குள் சென்று அமர்ந்து கொண்டான்.

சலனமற்று அமர்ந்திருக்கும் மகனின் தோள்களை தொட, கொஞ்ச கொஞ்சமாய் உடைந்து சிதறி தாயிடம் கதறி இருந்தான். எது இத்தனை நாளும் மகனுக்கு நடக்க கூடாது என்று காத்து வந்தாரோ அதுவே மகனை உடைத்து போட்டு இருக்க, சிதறிய அவனை சேர்த்து எடுக்க தெரியாது தவித்து போனார். சிவா சத்யாவின் மீது உள்ள கோவத்தில் பேசுவதை நிறுத்திக் கொண்டார். இனி இங்கு இருப்பது சரியில்லை என கோவையில் இருக்கும் அவர்களின் இல்லம் வந்து சேர்ந்து இருந்தனர் தாயும் மகனும்.

முன்பே இங்கு வந்திருக்க வேண்டுமோ? மகன் இப்படி உடைந்து போய் இருக்க மாட்டானோ என தாயுள்ளம் கேள்வி கேட்டது. அவனை முடங்க விடாது நிறைய பேசினார். அவன் உண்ணும் போது உணவருந்தி, அவன் உறங்கும் போது உறங்கி என அவரின் நாட்களையும் நேரத்தையும் செலவழித்தார். அவனின் நண்பர்களை அழைத்து பேச வைத்தார். மேல் படிப்புக்கு லண்டன் செல்ல அவரை தயார் செய்து, அதற்கான ஏற்பாடுகளை நந்தாவின் உதவியோடு மகனுக்கு செய்து கொடுத்தார். சத்யா அம்மாவின் அன்பில் கொஞ்சம் கொஞ்சமாக மீண்டு தெளிந்து வந்தான். அவனின் துறுதுறுப்பும், சிரிப்பும் மறைந்து அமைதியாய் மாறி இருந்தான்.

லண்டன் செல்லும் முன் இருக்கும் நேரங்களை தாயோடு கழிக்க தொடங்கினான். நிறைய சொல்லி கொடுத்தார் அன்னையாய், அவர் கூறிய அனைத்தும் மகனுக்கு வாழ்வின் வேதங்களாக மாறி இருந்தது. மனம் அமைதியாகி இருந்தது. அறிவு, சூர்யா, விஜய் என அனைவரின் நியாயங்களை அன்னை எடுத்து கூற அவர்களின் மீது இருந்த கோபமும் வெறுப்பும் கூட மறைந்து போனது.

15

சத்யா, லண்டன் செல்ல ஒரு மாதம் இருந்த நேரத்தில், மகன் பெயரில் அவரின் சொத்துகளை மாற்றி கொடுத்தார். நிறைய பழைய கதைகளை பேசி சிரித்தார். மகனுக்கு பிடித்த உணவுகளை செய்து கொடுத்தார். சத்யாவும் அவனுடைய படிப்பு, கனவு என்று நிறைய பேசி பகிர்ந்து கொண்டான். இடையில் ஜோதி இருவரையும் வந்து பார்த்து சென்றார். சூர்யாவிற்காக சத்யாவிடம் மனதார மன்னிப்பு கேட்டார். சிவா மனைவியோடு பேசினாலும் மகனிடம் பேசாது தவிர்த்தார்.

அன்று இரவு மகனை மடியில் படுக்க வைத்து தலை வருடி, நீண்ட நேரம் மகனின் முகம் பார்த்து விழித்து இருந்தார்.

" அம்மா.. என்னாச்சு..? "

" கவனமா இருக்கணும் சரியா? "

" ம்மா.. "

" லண்டன் போற இல்ல? தனியா இருக்கனும் இல்லையா அதான் சொன்னேன்."

" அதெல்லாம் சத்யா பத்திரமா இருப்பான். படிச்சு முடிச்சு வேலை கிடைச்சதும் உங்களையும் என்னோட லண்டன் கூப்பிட்டு போய்டுவேன்."

" கண்டிப்பா.. அம்மா எப்பவும் உன்னோட தான் இருப்பேன் சத்யா. தூங்கு பா.." சத்யா உறங்கிய பின் மகனை பார்த்திருந்தவர் நடுஇரவில் தான் படுக்கைக்கு சென்றார்.

காலையில் சத்யா துயில் எழ, அவனின் தாயோ மீளா துயிலுக்கு சென்று இருந்-

தார். நந்தாவிடம் அழைத்து விவரம் சொன்னவன், பொள்ளாச்சிக்கு தன் தாயின் உடலை அனுப்ப மறுத்து விட்டான். கோவையிலேயே அவர் உடலை அனைவ-ரின் பார்வைக்கும் வைத்து இருக்க, சத்யா வாய் விட்டு கதறி அழ, குற்றவாளியை போல நின்று இருந்தான் சூர்யா. தெளிந்து போய் இருந்தான் அன்றே, சுந்தரியின் முகம் பார்க்கவும் தான் தாயாய் தாங்கிய அவரின் பாசம் புரிந்தது. ஆனால் இனி அவரை பார்க்க முடியாதே..

அப்பா, தம்பி, தங்கை, தோழன், காதலி என அனைவரும் கண் எதிரில் இருந்தும் அனாதை போல உணர்ந்தான். அவன் மனமே வலியில் இறுகிப்போய் விட்டது. எத்தனை மன அழுத்தமோ? எத்தனை கவலையோ? நான் உடைந்து போனதில் அவரும் உடைந்து விட்டாரோ? அல்லது என் தாயை நானே உடைத்து விட்-டேனோ? தகாத வார்த்தை கேட்டு உயிர் துடித்து போனாரோ? என்னை தேற்ற தான் இத்தனை நாளும் உயிரை பிடித்து வைத்து காத்து இருந்தாரோ? நான் தெளிந்து விட்டதும் உத்தமியின் உயிர் பிரிந்து போனதோ?

இறுதி சடங்கு முடிந்திருக்க, சத்யா பதினாறாம் நாள் காரியம் முடித்த கையோடு அன்று இரவே லண்டன் கிளம்பி விட்டான். இனி இந்த இந்திய மண்ணை உயிர் உள்ளவரை தொட கூடாது என்ற எண்ணத்துடன், பெற்றவள் கொடுத்த பணமி-ருக்க, தந்தை தன்னை தொட முடியாத இடத்தை நோக்கி சென்று இருந்தான்.

ஆனால் மகனின் முயற்சியை முறியடித்து மூன்று மாதத்தில் அவரோ கல்லூரி முன் வந்து நிற்க, அடுத்த ஆண்டு கல்லூரியை மாற்றி கொண்டான். அப்படி தான் அனு பழக்கமானால், கோடீஸ்வர வீட்டு வாரிசு மனதை சமன் செய்ய பாத்-திரம் கழுவி தரவும், வெயிட்டராகவும் வேலை பார்த்தான். பொறுமை, பக்குவம், இரண்டும் கிடைக்க, பண்பான ஒரு வாழ்வை அமைத்து கொண்டான்.

வலைத்தளத்தில் கிடைக்கும் செய்தியின் மூலம் விஜய், சூர்யா, அன்பு, ஹரி என அனைவரின் திருமணத்தையும் பார்த்துக் கொண்டான். சிவா நினைத்தால் அவரின் செல்வ நிலைக்கு சத்யாவை கண்காணித்து அவரின் பார்வையிலே வைத்து கொள்ள முடியும் தான். ஆனால், மகனின் நிம்மதிக்காக அவனை இத்-தனை வருடமும் தொடராது அவன் போக்கில் விட்டு விட்டார். சிவா மொத்த-மாய் தொழிலிருந்து ஓய்வுக்கு செல்ல முடிவு செய்ததும் மகனை பார்க்க வேண்டும் என்ற எண்ணம். அதுதான் மகனை சொத்து பிடிப்பதாக கூறி அழைத்து கொண்-டார். ஆனால் அவன் மீது அவருக்கு பெரிய சந்தேகம்.

கட்டிய மனைவிக்கு கூட தன் குடும்பத்தை பற்றிய விவரங்களை கூறாத மகனின் மீது சந்தேகம் கொண்டு, அவனை பற்றி அறிந்து வர ரகசிய குழுவை தகப்பன் அனுப்பி வைத்து இருக்கிறார். நிச்சயமாக சத்யா இதை அறிந்திருக்க வாய்ப்பில்லை. அவனை பற்றி அறிந்து கொண்டால் என்னாகும் தந்தையின் உள்ளம்?

ஹரி அனைத்தும் சொல்லி முடிக்க, அனைவரும் கண்ணீருடன் அமர்ந்து இருந்தனர்.

" இந்த சூர்யாக்கு அறிவே இல்ல, கொஞ்சம் நிதானமா யோசிச்சு இருக்கலாம். " ஆதிரா சொல்லிவிட்டு அழ,

" நான் சொல்றேன் யாரும் கோவப்படாதீங்க அறிவு சித்தி உண்மையில மோசம். ஒருத்தர் மேல பாசம் இருக்கலாம் அதுக்காக இப்படியா அடுத்தவங்களை காயப்படுத்தி பார்க்கனும்? எத்தனை கடுமையான வார்த்தை? " தேன் மொழி கேட்க,

" சுந்தரி ஜோதி அக்காகிட்ட வீட்டு சாவியை தரும் போது கூட நான் நினைக்கல.. அவளுக்கு முன்னாடியே தெரியும் போல இனி இங்க வரமாட்டோம்னு. மகராசி புருஷனுக்கு முன்னாடி போய் சேர்ந்துட்டா.. " கோகிலா சொல்லி அழ,

" சத்யா அண்ணாக்கு இது எவ்ளோ பெரிய இழப்பு? அண்ணா கண்ணும் உதடும் சிரிக்கும், துறுதுறுன்னு இருப்பாரு, எதை கேட்டாலும் இதுக்கு ஏன் தயங்குற அப்பா முன்னாடியே கொண்டு போய் நிறுத்தி அவர் கண்ணுக்கு நேரா பார்த்து பேசி செய்து கொடுப்பார். சூர்யாவும் நானும் அப்பா முன்னாடி நின்னதும் இல்ல, இப்படி எதையும் பேசினதும் இல்ல. காரணம், எங்களுக்கு அப்பாவா, நண்பனா, அண்ணா இருந்தார். அப்பாகிட்ட போக வேண்டிய அவசியமே இருக்காது. சத்யா அண்ணா போனதுக்கு அப்புறம் தான் இழப்பு என்னன்னு புரிஞ்சுது.. " ஹரி கூறவும் வித்யாவும் அதை ஆமோதித்து கண்களை துடைத்துக் கொண்டாள்.

" அட பிள்ளைகளா போதும் அழுதது. ஆதி விளக்கு வைக்கிற நேரமாச்சு எழுந்து போய் முகம் கழுவி, தலைவாரிட்டு வா, தேனு, வித்யா போங்க நீங்களும்.. " ஜோதி அதட்ட அனைவரும் எழுந்து சென்று இருந்தனர்.

" எப்படி அத்தை நீங்க இத்தனை திடமா இருக்கீங்க? " தேன் அவரின் இயல்பான பேச்சை பொறுக்காது ஜோதியிடம் கேட்டு வைக்க, அவளை கண்டு

அவரோ சிரித்து இருந்தார்.

" நாங்க மூணு பேரும் எப்படி வாழ்ந்தோம் எங்களுக்கு தெரியும். சுந்தரி எனக்காக என்ன விட்டு கொடுத்தா, கொடுக்கல எல்லாம் எனக்கு தெரியும். சண்டை போட வேண்டிய நான் அமைதியா இருக்கேன். இதுங்க எல்லாம் சண்டை போடுதுங்க. எனக்கு எல்லாரையும் தெரியும். அறிவு என் மேல வெச்சு இருக்கிற பாசமும் தெரியும், சுந்தரி என் மேல வெச்சு இருந்த அன்பும் தெரியும்."

"அறிவு என் மேல பாசம் சொல்லிட்டு, நான் பாசம் வெச்சு இருந்த சுந்தரியை கஷ்டப்படுத்தி பார்த்தா, ஆனா சுந்தரி ஒரு நாளும் அறிவை எதிர்த்து ஒரு பார்வை கூட வீசினது இல்ல. சுந்தரிக்கு தெரியும் புருஷனுக்கு அறிவு தான் முதல் குழந்தைன்னு, அவ மேல அவர் உயிரா பாசம் வெச்சு இருக்காருன்னு, எங்க அண்ணன் இல்லாம அவ இங்க வந்த அப்போ அவளை தனியா வைக்க சொன்னது நான். நம்ம கூட இருக்கனும் சண்டை கட்டினது சுந்தரி."

" சத்யாவை விட சூர்யா தான் செல்லம் அவளுக்கு, சூர்யா வீட்டுக்கு வந்தா நெய்யா போட்டு சமைக்க சொல்வா, தினம் அசைவம் வைக்க சொல்வா, வித்யாக்கு ஒரு நாளும் நான் தலைவாரி விட்டது இல்ல, ஹரிக்கு ஒரு நாளும் எண்ணெய் தேய்ச்சு குளிப்பட்டினது இல்ல, ஏன் விஜய், அன்பு கூட படிச்சா சுந்தரி மா தான் கத்துவாங்க. என் புருஷனுக்கு அத்தனையும் செய்தது நான். மனைவியா என்னை இருக்க சொல்லிட்டு, ஆறு பிள்ளைக்கும் அம்மாவா அவ தான் இருந்தா, இதெல்லாம் எனக்கு தெரியும், என் புருஷனுக்கும் தெரியும். யாருக்கு எதை சொல்லி நிரூபிக்கனும் நாங்க? எதுக்கு கவலைப்படனும் நான்? அப்பா அம்மா வாழ்க்கையை பார்த்து பாடம் கத்துக்காத பிள்ளைங்களே கவலைப்படாத போது எனக்கு என்ன? " ஜோதி புன்னகை முகமாக கூற, அனைவருக்கும் உண்மை உரைத்தது.

" சரி நான் போய் அந்த அனு பிள்ளையை பார்க்கிறேன். காலையில இருந்து கீழ வர காணோம்.." கோகிலா சொல்லிவிட்டு எழ, அனு மாடியில் இருந்து இரவு உடையோடு இறங்கி வந்து கொண்டு இருந்தாள்.

" அத்த சத்யா எங்க? " ஒன்றும் அறியாத பிள்ளை போல வந்து கேட்கும் அண்ணியை கண்டு ஹரிக்கு சூழ்நிலை மறந்து சிரிப்பு வந்தது.

" அவன் வெளிய போய் இருக்கான்."

" அப்போ அப்பு? "

" அவனையும் கூட கூப்பிட்டு போய் இருக்கான். ஆமா.. புருஷன் எங்க போறான், வரான் கூட தெரியாத மாதிரியா தூங்குவ? " கோகிலா குத்தலாக கேட்டு வைக்க,

" நானே துக்கமா இருக்கேன் அத்தை. என் வாயை புடுங்காதீங்க சொல்லிட்டேன். ஃபோன் பண்ணேன் போகல, அதான் கேட்டேன். " அனு குரல் தழுதழுக்க கூறி-விட்டு செல்ல,

" அனு.. நில்லு.. ஏன் அழற? " ஜோதி கேட்கவும்,

" சத்யா வேணும்.. பார்க்கனும்.. முடியல அதான்.. " அனு உடைந்து அழ,

" வந்துருவான் மா ஏன் அழற? எதும் சண்டையா? " ஜோதி பதறிப்போய் கேட்க,

" சண்டை இல்ல.. காதல்.. உங்களுக்கு புரியாது.. நான்.. நான்.." அவள் மீண்டும் அழ,

" அண்ணி நீங்க ரூமுக்கு போங்க, நான் அண்ணனை வர சொல்றேன்." ஹரி சிரிப்பை அடக்கி கூறவும், அனு சரியென கூறி அறைக்கு செல்ல, கோகிலாவும் ஜோதியும் அறைக்குள் செல்ல,

" ஏன்டா பாவம் அண்ணி.. அவங்க அழறதை பார்த்து உனக்கு என்ன சிரிப்பு? " வித்யா கடிந்து கொள்ள,

" இங்க பக்கத்துல வா சொல்றேன்." ஹரி அழைக்க,

வித்யாவுடன் தேனும் அருகில் வந்து நிற்க, ஆதிராவும் பக்கம் வந்தாள். ஹரி நேற்று நடந்த அனைத்தையும் கூற, பெண்கள் மூவரும் விழி விரிக்க,

" போதை.. அண்ணிக்கு இன்னும் இறங்கல போல.. அதான் அவங்க சின்னப்-பிள்ளை போல அழவும் எனக்கு சிரிப்பு வந்துருச்சு. "

" இதுக்கு பேர் தான் குடியும் குடித்தனம் போல " தேன்மொழி சொல்ல அனைவரும் சிரித்து இருந்தனர்.

" சரி சத்யா மாமாக்கு கால் பண்ணி சொல்லுங்க ஹரி.. அக்கா பாவம்.. மாமாவை தேடுவாங்க போல " ஆதிரா கூற, ஹரி அலைபேசியை எடுக்க சென்றான்.

அண்ணனை அழைத்து விவரம் கூற, அவனோ அரை மணி நேரத்தில் வந்து விடுவேன் என்று கூறினான். சரியாய் சொன்னது போலவே இல்லம் வந்ததும் சேர்ந்து இருந்தான். ஆதிரா ஹாலில் இருக்க,

" ஆதி இங்க வா.. " சத்யா அழைக்கவும் அவளுக்குள் பதட்டம்..

" சொல்லுங்க மாமா.. "

" மாசாணி அம்மன் கோவிலுக்கு போய்ட்டு வந்தேன். அர்ச்சனை பண்ண பிரசாதம் இருக்கு எல்லாருக்கும் கொடுத்துட்டு, நீயும் எடுத்துக்கோ. அப்பு தூங்கிட்டான் நான் ரூமில் படுக்க வெச்சுட்டு வரேன். " சத்யா அவளிடம் நீட்டிய பையை வாங்கிக்கொண்டாள்.

சத்யா அறைக்குள் வந்து மகனை படுக்க வைத்து விட்டு அனுவை தேட, பாத்ரூம் உள்ளே இருந்து வாந்தி எடுக்கும் சத்தம் வந்தது. பாத்ரூம் கதவை திறந்து உள்ளே சென்று அவளின் தலையை இவன் பிடித்துக்கொள்ள, வயிற்றில் உள்ளதை எல்லாம் வெளியே கொட்டினாள். அயர்ந்து போய் நின்றவளின் முதுகை தடவி, வாய் கழுவ உதவி செய்தான்.

" குளிச்சுட்டு வந்துரு அம்மு மா.. அப்ப தான் நல்லா இருக்கும்."

" சரி.. "

சத்யா வெளியே வர குளித்து உடை மாற்றி வரவும் அவளுக்கு என்று ப்ளூபெர்ரி வாழைப்பழம் போட்டு ஸ்மூதீ செய்து எடுத்து வந்து இருந்தான்.

" இதை குடி தங்கம்.. ராத்திரிக்கு நல்லா சாப்பிட்டா சரியா போய்டும்."

" கோவமா? "

" எதுக்காம்? "

" நேத்து நான் சொன்னது கேட்டு தான்.. "

" நேத்து அப்படி கோவப்படற மாதிரி நீ எதும் சொல்லலையே சீனிக்கட்டி"

" விளையாடாத சத்யா.. "

" சரி நேத்து என்ன சொன்னேன் சொல்லுடி லட்டு, எனக்கு ஞாபகம் இருக்-கான்னு பார்ப்போம்.."

" ஐ.. நான்..."

" சொல்லு டார்லி.. " சத்யா சிரிப்பை அடக்க முடியாமல் அடக்கிக் கொண்டே கேட்க,

" நான் உன்னை காதலிக்கிறேன் சொன்னேன். "

" ஹேய் ஸ்வீட்டி உண்மையாவா? " பொய் ஆச்சரியமும் வியப்பும் காட்டி சத்யா கேட்க, அனு அவனை அடிக்க ஆரம்பிக்க,

" ஐயோ.. ஐயோ.. ராட்சஸி அடிக்காதடி.. "

" நடிக்கிறியா.. ஒன்னும் தெரியாத மாதிரி.. ஏன்டா விட்டு போன? எங்கடா போன.. உன்னை காணாம பயந்துட்டேன் தெரியுமா.. " அடித்துக்கொண்டு இருந்-தவள் சரிந்து அமர்ந்து அழ,

" அப்பு தூங்குறான் மீனுகுட்டி.. இங்க பாரு அழாத.. நான் அம்மாகிட்ட சொல்-லிட்டு தானே போனேன்? நம்ம வீட்டுல என்ன பயம்? "

" என் மேல கோவமா சத்யா? என்னை பிடிக்கலையா? நான் வேண்டாமா டா உனக்கு? ப்ரெண்ட்னு சொல்லிட்டு இப்படி எல்லாம் பேசிட்டேன் தப்பா நினைக்-குறியா? ரொம்ப இடம் கொடுத்துட்டதா நினைக்குறியா? "

அனு கேள்வியாக கேட்டு வைக்க சத்யா இட வலமாக தலையை ஆட்டிக் கொண்டான்.

16

" வேற எதும் கேள்வி இருக்கா என் பாப்புகுட்டிக்கு? லிஸ்ட் எதும் போட்டு வெச்சு இருக்கியா? முதல இதை குடி, அழாத தல வலிக்கும். அப்புறம், கொஞ்ச நேரத்தில் சாப்பிட்டு தூங்கலாம். நாளைக்கு நம்ம மூணு பேரும் கோயம்புத்தூர் போக போறோம் அங்க போய் இதை பத்தி தெளிவா பேசலாம். இங்க எதையும் பேச வேண்டாம்." சத்யா கூறவும் சரியென அதை வாங்கி குடித்து இருந்தாள்.

" என்னை இங்க விட்டு நீயும் அப்புவும் எங்க போனீங்க பேபி? "

" கோவைக்கு போனோம் குட்டிமா, சின்ன டூர் போவோம் பிளான் போட்டேன். வீட்டுல சும்மா தானே இருக்கோம். அதுவும் இல்லாம அப்பு இங்கேயே இருந்தா, ஊருக்கு போனதும் இவங்களை தேடி ஏங்கி போவான். அதான் அவன் கவனத்தை திருப்ப முயற்சி பண்றேன். "

" நான் பயந்துட்டேன்.. "

" ஏய்.. அம்மு.. அப்படி உன்னை விட்டு போவேனா நான்? கோவமா இருந்தாலும் உன்னை விட்டு நான் எங்கடி போவேன்? எனக்கு உன்னையும் அப்புவையும் விட்டா யார் இருக்கா? "

" தெரியல.. எழுந்ததும் உன்னையும் அப்புவையும் காணல, சட்டுன்னு யாரும் இல்லாத தீவுல நிக்கிற மாதிரி ஆகிடுச்சு. "

" பைத்தியம்.. "

" நீ தான்.. போடா லூசு.. "

" மூஞ்சியை பாரு முயல்குட்டி.. " சத்யா காதை செல்லமாக பிடித்து சொல்லி விட்டு குளியலறைக்குள் நுழைந்து கொள்ள, இவளோ அப்புவின் அருகில் படுத்-துக் கொண்டாள்.

அடுத்த நாள் காலை கோவை இல்லத்திற்கு அழைத்து வந்து இருந்தான். பெரி-தாய் பிரம்மாண்டமாக ஒன்றும் இல்லை. இருபது வருட பழைய இல்லம், நேர்த்-தியான பராமரிப்பில் அழகாய் இருந்தது. வீட்டை சுற்றி புல்வெளி, இரண்டு கார் நிறுத்தும் அளவுக்கு போர்டிக்கோ, எட்டு அறைகளே கொண்ட சிறிய இல்லம். ஆம் சிறிய இல்லம் தான் அவர்களின் சொத்து மதிப்புக்கு இது சிறியது தானே?

சமையலுக்கும், மற்ற உதவிக்கும் இருவர் இருந்தனர். அப்பு வீடு முழுவதும் சுற்றி பார்த்து அவனின் பிடித்ததை கூறி இருந்தான். அப்புக்கு என்று விளையாட பொம்மைகளை வாங்கி வந்து இருந்தனர். சத்யா தரை தளத்தில் இருக்கும் ஒரு அறைக்கு அனுவை அழைத்து சென்றான். அங்கே செல்வசுந்தரியின் புகைப்படம் சுவரில் மாட்டி இருந்தது.

" என் அம்மா.. " சத்யாவின் குரல் தழுதழுக்க கூறினான். அனு புகைப்படத்தின் முன்னே சென்று நின்றவள்,

" நீ அப்படியே உன் அம்மா மாதிரி டார்லி.. ஜெராக்ஸ் போட்டு இருக்க உன் அம்மாவை.."

" ஆமா.. அப்பாக்கு அதிகம் என்னை பிடிக்கவும், அத்தைக்கு என்னை பிடிக்காம போனதுக்கு காரணமும் அதான். "

வீட்டை சுற்றி பார்த்து, சிறிது நேரம் ஓய்வு எடுத்து, மதிய உணவை உண்டு ஓய்-வாக அமர்ந்தனர். அப்பு சத்யாவின் மடியில் படுத்து உறங்க, அனுவை அழைத்-துக்கொண்டு மீண்டும் அம்மாவின் அறைக்குள் வந்தான். மகனை அம்மாவின் படுக்கையில் படுக்க வைத்தவன், அனுவின் அருகில் வந்து அமர்ந்தான்.

" நீ முந்தின நாள் காதல் சொன்ன அப்போ எனக்கு பெருசா எந்த அதிர்ச்சியும் இல்ல. ஏன்னா உன் கண்ணுல காதலை பல முறை நான் பார்த்து இருக்கேன். அப்போ எல்லாம் என் பிரம்மைன்னு தோணும். தப்பா நினைக்காதேன்னு என்னை நானே திட்டி இருக்கேன். ஆனா நான் பொண்டாட்டியா நடிக்க சொன்னதும் உன் கண்ணில் தெரிஞ்ச மின்னல், உன் உற்சாகம், உன் அப்பாகிட்ட என்னை புருஷன்

சொல்வேன் சொன்ன தைரியம் எல்லாமே சந்தேகத்தை தூண்டி விட்டு இருந்-துச்சு.. "

" சத்தியமா எப்போ, எப்படின்னு தெரியல தங்கம்.. ஆனா என் காதல் உண்மை.. "

" உன்கிட்ட கள்ளம் கபடம் இருக்குமா அம்மு? இப்படில சொல்லி பிளீஸ் என்னை சங்கடப்படுத்தாத.. நம்ம ஷாப்பிங் போனோம் இல்ல ரெண்டு நாள் முன்-னாடி அன்னிக்கு நீ அந்த கல்யாண ஜோடி போல இருக்கனும் கேட்டதும், எதோ ஒரு வேகத்துல ஒரு பையனை பிடின்னு சொல்லிட்டேன். ஆனா ஹோட்டலில் நீ கலங்கி நின்ன நிமிஷம், அதையே நினைச்சு ராத்திரி நீ தூங்காம இருந்தியே அப்போ தோணுச்சு, வேற ஒருத்தன் கூட உன்னை அனுப்பிட்டு நான் என்ன செய்வேன்? நீ எப்படி இருக்க, அவன் உன்னை என்ன செய்வான்னு எனக்கு எப்படி தெரியும்? உனக்கு எப்போ என்ன வேணும்ன்னு புரிஞ்சு நடப்பானா? பத்-திரமா பார்த்துபானா? இப்படி எல்லாம் கேள்வி வரவும் உன்னை யார் கூடவும் அனுப்பிட கூடாதுன்னு தோணுச்சு. "

" எங்க அம்மா இறந்து போன அந்த கடைசி நாள் என்கிட்ட சொன்னாங்க, உனக்குன்னு ஒருத்தி வருவா சத்யா, உன் அறிவு அத்தையையே உனக்காக எதிர்த்து நிப்பா, வாயை அடக்குவான்னு, அப்போ சிரிப்பா இருந்துச்சு.. ஆனா பாரு.. இப்போ அது உண்மைன்னு தோணுது எங்க அம்மா தீர்க்கதரிசி போல அன்னிக்கே சரியா சொல்லிட்டாங்க பாரேன்.."

"ம்ம்.. அம்மு.. உனக்கு இருக்கிற காதல் உணர்வு எனக்கு இல்லடி. எனக்கு என் அனு இல்லாம எதுமே இல்ல. அவளை விட்டு எல்லாம் என்னால வாழ முடி-யாது. நீ இல்லாத வாழ்க்கை எப்படி இருக்கும்னு யோசிக்க கூட எனக்கு தைரியம் இல்ல. என் உலகத்தில் நீயும் அப்புவும் தான் எனக்கு எல்லாம். "

" ஆனா நீ நினைக்கிற காதலனா நான் இருப்பேனா தெரியலடி, நிறைய வலி அனுமா எனக்கு.. என் அன்பு, பாசம், ஆசை, நேசம், நம்பிக்கை, எல்லாத்தையும் உடைஞ்சு போட்டா ஒருத்தி.. அவ குடுத்த ஏமாற்றம், அவமானம், இழப்புன்னு வலி.. தீராத வலி இன்னும் எனக்குள்ள இருக்கு. நான் இன்னுமே சரியாகல, என் சொந்த ஊரு, என் சொந்த வீடு அங்க ரெண்டு நாள் கூட முழுசா தங்க முடி-யாம இங்க ஓடி வந்துட்டேன். பயமா இருக்கு.. மறுபடியும் ஒரு வலியை தாங்க என்னால முடியாது. உன்னையும் அப்புவையும் யாரும் காயப்படுத்தி பார்த்தா மறு-

படியும் மிருகமா மாறிடுவேன் நான்.. "

" எதுக்கு சத்யா வீணா இந்த கவலை? யாரும் உன்னை ஒன்னும் பண்ண முடியாது, நான் அதுக்கு அனுமதிக்க மாட்டேன். நமக்கு எதும் வேண்டாம் சத்யா. ஊருக்கு போய்டுவோம் வா.."

" எனக்கு இந்த வீடு வேணும். என் அம்மா கூட அவங்க கடைசி நாட்களை கழிச்சது இங்க தான். அப்பாகிட்ட இதை கேட்டு வாங்கனும். வாங்கிட்டு போவோம் அனுமா.. நம்ம இங்கேயே இருந்துடுவோம். டூர் போய்ட்டு வந்து கூட இங்கேயே இருப்போம். லண்டன் போற வரைக்கும் பொள்ளாச்சி பக்கம் போக வேண்டாம்."

" போக வேண்டாம் சத்யா.. உன்னை காயப்படுத்துற எதுவும் வேண்டாம் நமக்கு.. "

" உண்மையாவே காதலாடி டார்லி என் மேல? என்னோட உன்னால சந்தோசமா இருக்க முடியாது. என்னால உன்னை சந்தோசமா வெச்சுக்க முடியும்னு தோணல, நமக்கு இதெல்லாம் வேண்டாமே மனசை மாத்திக்கோ செல்லம்.. நம்ம இப்படியே ப்ரெண்ட்சா காலம் முழுக்க இருந்திடலாம். "

" எனக்கு புரியுது சத்யா உன் வலி. கண்டிப்பா அது பெருசு தான். நான் உன்கிட்ட காதலை தான் கேட்டேன். காமம், பொண்டாடின்னு உரிமை, குழந்தை, எதுவும் வேண்டாம் எனக்கு, உன்னை காயப்படுத்தி வருத்தி எதையும் நான் வாங்க மாட்டேன் சத்யா. ஒரு பெண்ணோட பெண்மைக்கு பாதுகாப்பு தந்து அவளை எந்த சலனமும் இல்லாம தாங்க எல்லா ஆம்பளையாலும் முடியாது. என்னோட உயிருக்கும், உடலுக்கும், ஏன் உன் உணர்வுக்கு கூட நீ தான் பாதுகாப்பு. அதே பாதுகாப்பு உணர்வை தர தான் வாய்ப்பு கேக்குறேன் நானும் என் சத்யாவை யாரும் என்னை மீறி தொட முடியாதுன்னு இந்த உலகத்துக்கு சொல்ல ஒரு அங்கீகாரம் வேணும் எனக்கு, ஆண் கிட்ட எந்த கேள்வியும் கேட்காத உலகம் பொண்ணுக்கிட்ட மட்டும் அவனோட என்ன உறவு, உரிமைன்னு கேள்வி கேட்குதே அதுக்காக.. "

" நான் மட்டும் தான் வேணுமா? அப்பு? "

" நான் தானே அவன் அம்மா. அப்பு இல்லாம நீயும் நானும் எப்படி குடும்பமா-

வோம் சத்யா? என்ன கேள்வி கேட்கிற நீ?.."

" அனு.. அப்பு.. என்.."

" அப்பு உன் பையன் இல்லன்னு எனக்கு தெரியும் சத்யா.. "

" அவன் நம்ம சஞ்சய் பையன் அனுமா.. நீ ஊருக்கு போன அப்புறம் உனக்கு கூட தெரியுமே? ஆக்ஸிடென்ட் அவன் மனைவி உயிரை காப்பாத்த முடியாம, அப்புவை மட்டும் ஆபரேஷன் பண்ணி எடுத்துட்டாங்க. சஞ்சய் என்கிட்ட கடைசியா கேட்ட உதவி அப்புவை பார்த்துக்க சொல்லி கேட்டது தான். நாங்க சஞ்சய் வீட்டுக்கு தகவல் சொன்னோம்
' வெளிநாட்டுகாரியை கல்யாணம் பண்ண அவன் எனக்கு மகன் இல்லன்னு ' சொல்லி அவன் அப்பா அவனோட உடலை கூட வாங்க வரல. நாங்க தான் பொறுப்பை எடுத்து அவனுக்கு இறுதி சடங்கு செய்தோம். அப்பு பிறந்த நாளும் எங்க அம்மா பிறந்த நாளும் ஒன்னு. எனக்கு அப்புவை பார்க்கும் போது எல்லாம் என் அம்மா என்கிட்ட வந்த உணர்வு. என்னால அப்புவை யாருக்காகவும் இழக்க முடியாது அனுமா.. "

" யார் இழக்க சொன்னாங்க சத்யா உன்னை.. அப்பு எப்பவும் நம்ம பையன் தான். அதை யாராலும் மாத்த முடியாது. "

" அப்பாக்கு உண்மை தெரிஞ்சா அப்புவை ஏத்துக்க யோசிக்கலாம். என்னையே உறவு இல்லன்னு சொன்ன அத்த, அப்புவை என்ன எல்லாம் சொல்வாங்க? அவன் மேல யாருக்கும் ஒட்டுதல் இல்லாம போய்டும். இதெல்லாம் அப்புக்கு வேண்டாம். "

" ஏன் சத்யா வேற எதாவது சொல்லனுமா? நம்ம சேர வேற எதும் தடை இருக்கா? என் கேள்விக்கு பதில் சொல்லலையே இன்னும்..?"

" ஒரு வேண்டுகோள் இருக்கு, அது என் மனைவியான அப்புறம் நீ உன் அப்பா, அம்மாவை பார்க்க சம்மதம் சொல்லனும். அவங்க உன் மனசு புரியாம நடந்து இருக்கலாம். ஆனா அவங்க பயம் உண்மை. ஒரு மனநலம் இல்லாதவனை கல்யாணம் பண்ணது உன் தப்பு இல்ல, அவன் அப்படி தான் கண்டுபிடிக்க முடியாம போனது உன் அப்பா தப்பும் இல்ல. ஆனா இந்த சமூகம் வாழாம வந்த உன்னை கேள்வி கேட்கும். "

" உன் பெண்மையை சோதிக்கும். அதோட வசதிக்கு உன்னை இழுக்க முயற்சி செய்யும். பாதுகாப்பை, உன் ஒழுக்கத்தை, நடந்ததை கேள்விக்குறியாக்கும் இதுக்கு பயந்து தான் உன்னை ஒருத்தன்கிட்ட முறையா கட்டிக்கொடுக்க நினைச்சாங்க. நீ கேட்கிற நேரத்துக்குள்ள உனக்கு எதும் ஆகிடும் பயம். சாதாரண அப்பா அம்மாவா ஒரு பொண்ணு மேல இருக்கிற அன்பு அவ்ளோ தான். அப்போ நீயும் யோசிக்க முயற்சி பண்ணல உன் மனநிலை அது.. அவங்களும் உன் நிலையை யோசிக்கல.. "

" நான் இதை பேச வந்த அப்போ எல்லாம் நீ தடுத்த, இப்போ நீ இதை மறுக்க கூடாது. கண்டிப்பா உன் அப்பாவையும் அம்மாவையும் பார்க்கனும். ஹரிக்கு கல்யாணம் அனுமா. அவன் மெயில் பண்ணி உன்னை கூப்பிட்டு வர சொல்லி இருக்கான். முந்தின நாள் ராத்திரி இதை தான் சொல்ல வந்தேன். நீ சரக்கு அடிச்சு வேற பேசி இதை மறக்க வெச்சுட்ட.. போலாமா? உன் வீட்டுக்கு என்னையும் அப்புவையும் கூப்பிட்டு போவியா? " சத்யா பெரியதாய் பேசி கேள்வியில் முடிக்க, அனு அவளின் உள்ளங்கைக்குள் முகம் புதைத்துக் கொண்டு அழுது இருந்தாள்.

" என்னால முடியாது சத்யா.. அப்பாவை.. அவர் எதிரில் நிக்கிற போய் நிக்கிற தைரியமே இல்லப்பா எனக்கு.. நீ சொல்றது சரின்னா அவரை நான் புரிஞ்சுக்கவே இல்லையே? அவர் மனசு எவ்ளோ தவிச்சு இருக்கும்? "

" என்னை பாரு.. என் செல்லம் இல்ல.. இங்க பாரேன்.. நீ தான் புருஷன், பையன் குடும்பமா தானே போய் நிக்க போற? அதெல்லாம் மன்னிச்சுடுவார். அவரும் இதை தானே உன்கிட்ட கேட்டார். ஒரு வேளை நான் உன் அளவுக்கு அழகா இல்லன்னு ஃபீல் பண்றியா? என்ன பண்ண இந்த சுமார் மூஞ்சி சத்யாவை தானே உனக்கு பிடிச்சிருக்கு? " சத்யா சிரிப்படக்கி அனு முகத்தை பார்க்க, அவள் முகத்திலும் சிறிய புன்னகை எட்டிப்பார்த்தது.

' சோகங்களை அவனுள்ளே அடக்கி வைத்து விட்டு தனக்காக சிந்திக்கும், சிரிக்கும் இவனின் உள்ளத்து அழகு போதாதா? இந்த அன்பிற்கு தானே மனம் இவனிடம் சரணடைய காத்து நிற்கிறது '

" போலாம் டா குட்டி பையா.. மூணு பேரும் போய் ஷாக் கொடுப்போம்." அனு கூறவும், சத்யா அவளின் கண்களை துடைத்து விட்டான்.

" கல்யாணம் பண்ணிபோம் அனுமா.. எனக்கு சம்மதம்.. "

17

அடுத்த நாள் காலை எழுந்து இரவு சுற்றுலா செல்ல வேண்டி உடைகளை மடிக்க, அப்பு அதை அவனின் உயரத்துக்கு இரண்டு மடங்காக இருந்த முதுகு பைக்குள் அள்ளிப்போட்டான். அனு அவனை முறைக்க, அவனோ சிரித்து அவளின் கன்னத்தில் முத்தம் வைக்க,

" எல்லாரையும் முத்தம் கொடுத்து கரெக்ட் பண்ணற டா நீ, வருங்காலத்தில் பெரிய பிளே பாயா வருவியோ? " அனு தமிழில் பேசிய எதையும் புரியாது பிளே பாய் என்ற வார்த்தையை கேட்டு தன்னை விளையாட சொல்கிறாள் என்று எண்ணி விளையாட சென்று இருந்தான். வீட்டில் வேலைக்கு இருந்த இருவரையும் மதியத்திற்கு மேல் வர சொல்லி சத்யா நேற்று இரவே அனுப்பி இருந்ததால் காலை உணவு வாங்கி வருகிறேன் என வெளியே சென்று இருந்தான்.

அனு அவளின் வேலையை தொடர, சத்யா கையில் சில பையோடு வீட்டின் உள்ளே வந்தான். அப்பனை கண்டு மகன் தாவிக்கொள்ள, இவர்களின் சத்தத்தில் அறையை விட்டு வெளியே வந்தாள் அனு.

" ஸ்வீட்டி பை.. இந்தா போய் ட்ரெஸ் மாத்திட்டு வா.. "

" செல்லம்.. இப்போ புது ட்ரெஸ் எதுக்கு? "

" கல்யாணம் பண்ணிக்க.. "

" என்ன.. இன்னிக்கா? "

" ஆமா.. இன்னிக்கி தான். வேண்டாமா? முடிவை மாத்திட்டியா.. டேய் சத்யா கிரேட் எஸ்கேப் டா.. தாங்க்ஸ் குட்டிமா.. " சத்யா கிண்டலாக சிரித்த படியே

சொல்ல, அவனை முறைத்தவள், அறைக்குள் சென்று இருந்தாள்.

எளிமையான ஒரு டாப் பண்ட், அழகான வேலைப்பாடு செய்த ஒரு ஜோடி தங்க வளையல், மல்லிகை பூ என இருந்தது. அனு தயாராகி வெளியே வர, அப்பு கைப்பிடித்து பூஜை அறைக்கு அழைத்து செல்ல, சத்யா அவளின் ஆடை நிறத்திலேயே சட்டை பேன்ட் அணிந்து இருந்தான். மகனுக்கும் அதே நிறத்தில் குட்டி டவுசர், டிஷர்ட் உடுத்தி விட்டு இருந்தான். பூஜை அறையில் அம்மாவின் புகைப்படம் வைத்து, மாலை அணிவித்து இருந்தான்.

" இங்க தான் நம்ம கல்யாணம் அம்மு, இவனுக்கு இருக்கிற காசுக்கு பிரம்மாண்டமா இல்லைனாலும் கோவில் கூப்பிட்டு போய் கல்யாணம் பண்ணி இருக்கலாம்னு நீ நினைக்கலாம். அதில் தப்பும் இல்ல. ஆனா அப்பு மனசில் எதுவும் பதிய கூடாது. வர நாட்கள்ல அவனுக்கு சின்ன சந்தேகம் வந்தாலும் என்னால அதை தாங்க முடியாது. அதான் இப்படி சிம்பிளா, லண்டன் போய் நம்ம கல்யாணத்தை முறையா பதிவு செய்திடுவோம் சரியா? சம்மதம் தானே? இல்ல உனக்கு எதும் வருத்தமா தங்கம்? "

" பிரெண்ட் லவ்வர் ஆகுறது வரம், அதே ப்ரெண்ட் லவ்வரா, புருஷனா கிடைக்கிறது அதை விட பெரிய வரம். ஆனா எனக்கு எல்லாமே நீ தான் சத்யா.. உன் விருப்பம் தான் என் விருப்பமும். உன்னால என்னை வருத்தப்பட வைக்க முடியாது. நான் நேத்து சொன்னது தான் இப்பவும் எப்பவும் உன்னையும் அப்புவையும் பாதிக்கிற எதும் எனக்கு வேண்டாம். புரியுதா? "

" ம்ம்.. சரி அப்ப கல்யாணம் பண்ணிப்போமா? இங்க வா சாமிக்கு பூ போடு, உன் கையால விளக்கை ஏத்து.. " சத்யா கூறவும் இருவரும் பல வருடங்களுக்கு பிறகு இறை வழிபாடு செய்தனர். அப்புவும் தகப்பனை போல கண்மூடி நிற்க,

" அப்பு.. பாபா மொபைல் எடுத்துட்டு வா.. " சத்யா சொல்லவும் வியாஷ் நகர, சத்யா நகை பெட்டியில் இருந்த தாலியை எடுத்து அவளின் கழுத்தில் அணிவித்து இருந்தான். அனு கண் கலங்கி நிற்க, யாஷ் அலைபேசி எடுத்து வர, மகனை தூக்கி கொண்டவன், அனுவை பக்கம் அழைக்க அங்கேயே நின்று மூவரும் செல்ஃபி எடுத்து கொண்டனர்.

" அழாத.. அனு எனக்கும் அழுகை வருது.. அப்பு இருக்கான்.. பிளீஸ்.." சத்யா கண்ணீர் தேங்கிய விழியோடு கூற, அனு கண்ணை துடைத்துக்கொண்டு புன்ன-

கைக்க முயற்சி செய்தாள். அதற்குள் சத்யா எடுத்து வந்தவன், இனிப்பு கொடுத்து அவளை வாழ்த்த, அப்புவும் வாழ்த்தி இருந்தான்.

கோடி கோடியாய் பணம் இருந்து என்ன? மனம் வேண்டுமே எதற்கும்? வீட்டின் தலைமகனுக்கு திருமணம் தாயை மட்டுமே சாட்சியாக கொண்டு, நாளை நிச்சயம் இல்லாத வாழ்க்கையில் தான் எத்தனை கோபம், வெறுப்பு, விரோதம்? மறுபடியும் நாம் ஒன்றாக பிறக்க போகிறோமா என்ன? ஒருவரை ஒருவர் அடுத்த ஜெனமத்தில் சந்தித்து கொள்வோமா என்ன? பின் ஏன் இத்தனை கசப்பு? தன்னை கண்டு பிறர் அஞ்சி நடுங்க செய்யும் தலைக்கணம்?

" பசிக்குது சாப்பிடுவோமா? " சத்யா கேட்கவும், அனுவும் உண்ண எடுத்து வைத்தாள். மகனுக்கு ஊட்டி விட்டவன் அனுவுக்கும் கொடுக்க, அவளும் வாங்கிக்கொண்டு அவனுக்கும் ஊட்டி விட்டாள். அப்பு வாய் திறந்து கேட்கவும் அவனுக்கும் ஊட்டி கொடுத்தாள்.

உணவை முடித்து மனைவி மகனோடு கடை வீதிக்கு சென்றவன், சுற்றுலா செல்ல அனைவருக்கும் சில உடைகளை வாங்கி கொண்டான். அப்பு கேட்கவும், திரை அரங்கம் சென்று டூ லிட்டில் படம் பார்த்தனர். அப்பு மிருங்கங்களை கண்டு மகிழ இருவரும் அவனின் சிரிப்பில் உற்சாகமாக பொழுதை கழித்து மதிய உணவாக பொறித்த கோழியை உண்டு இருந்தனர்.

"புஜ்ஜிம்மா, வீட்டுக்கு போலாமா? இல்ல இன்னும் சுத்துவோமா? "

" இன்னுமா? வீட்டுக்கு போலாம் டாலு, என்னால முடியாது. எனக்கு தூங்கனும். "

" வாங்க மகாராணி வீட்டுக்கு போலாம்.. "

மூவரும் இல்லம் வந்து சேரவும், வேலைக்கு இருக்கும் ஆட்களும் வந்திருந்தனர். அனு ஒரு அறைக்குள்ளும், மகனுடன் சத்யா ஒரு அறைக்குள்ளும் செல்வதை பார்த்த சமையல்காரர் நந்தாவிடம் விவரத்தை கூற, நந்தா சரியென கூறி இருந்தார். மாலை எழுந்து சிற்றுண்டி உண்டு, தேநீர் அருந்தி விட்டு கிளம்பி இருந்தனர் மூவரும் சுற்றுலா செல்ல, முதலில் மதுரை வந்து சேர்ந்தவர்கள் இரவு ஒரு ஹோட்டலில் தங்கி, விடிந்ததும் மீனாட்சி அம்மனை தரிசித்து இருந்தனர். பொறுமையாக கோவிலை சுற்றி பார்த்து அப்புக்கு விளக்கம் சொல்லி, அவர்க-

ளும் சிலைகளை ரசித்தனர். முப்பத்தி மூன்றாயிரம் சிற்பங்களை பார்த்திட கண்கள் இரண்டு போதுமா? தரிசனம் முடித்த பின் காலை உணவு உண்டனர்.

" அடுத்து கொடைக்கானல் போறோம் பேபிமா.. "

" ஏன் லவ்லி, மதுரையை சுத்தி காட்டாம கொடைக்கானல் கூப்பிட்டு போற? "

" அப்புக்கு இப்ப மதுரையை சுத்தி காட்டினா எதாவது புரியுமா டார்லி? மதுரை சாதாரண ஊர் இல்ல. ஐயாயிரம் வருஷ பழமையான ஊரு, இதை சுத்தி பார்த்தா மட்டும் போதாது உணரனும். என் யாஷ் குட்டி பெருசானதும் வந்து இதெல்லாம் காட்டி, அவனுக்கு நிறைய கதை சொல்லனும் எனக்கு ஆசை. குழந்தை அவனுக்கு நினைவுகள் தான் வேணும் இப்போ, அதுவும் அழகான நினைவுகள் அதுக்கு தான் கொடைக்கானல் போறோம். "

" அச்சோ என் தங்ககுட்டி பிளான் எல்லாம் பயங்கரமா தான் இருக்கு.. போ.."

" ஆமா.. கல்யாணம் பண்ணிட்டு படத்துக்கு கூப்பிட்டு போய் இருக்கேன், இன்னிக்கி கோவில் குளம் பார்த்தாச்சு, அடுத்து பாரு இப்ப ஹனி மூன் போறோம். ச்ச.. சத்யா நீ வேற லெவல் டா.. " சத்யா சிரிப்புடன் அவனை அவனே பாராட்டி கொள்ள, அனுவின் முகமோ நாணத்தில் சிவந்து போனது.

விளையாட்டாய் விட்டுவிட்ட வார்த்தையின் வீரியம் புரிய, அமைதியாக கை கழுவ சென்று இருந்தான். சற்று நேரத்தில் சூழ்நிலை இயல்பாக மூவரும் காருக்கு வர, பயணம் தொடங்கி இருந்தது.

மதியம் கொடைக்கானல் வந்து சேர்ந்தவர்கள். வாஞ்சி முன்பதிவு செய்து இருந்த அறையில் தங்கி கொண்டனர். சத்யா குளியலறை சென்றவன் குளித்து உடை மாற்றி வந்திருக்க, அனுவும் குளித்து வர, அப்புவுக்கு சூர்யா உடல் துடைத்து விட்டு உடை மாற்றி விட்டு இருந்தான். அனு குளித்து வந்து அமைதியாக அமர்ந்து கொள்ள,

" என்னாச்சு என் சக்கரக்கட்டிக்கு? "

" நாம ஏன் சத்யா கொடைக்கானல் வந்தோம்? "

" இதென்ன கேள்வி ஹனிபை, நம்ம ஹனி மூனுக்கு தான்.. "

" ஹரிஷ் உனக்கு ஃபோன் பண்ணான் சத்யா இனியும் பொய் சொல்லாத.. "

" அட.. இந்த அரை வேக்காடு ஹரிஷ் கொஞ்சம் அவசரப்படாம இருந்து இருக்கலாம். அக்காவை பார்க்கிற ஆர்வத்துல அத்தானை மாட்டி விட்டான். சரி தான் வேகாத இட்லி உன்னோட தம்பி வேற எப்படி இருப்பான்? அரை வேக்காடா தானே இருப்பான்."

" வேண்டாம் சத்யா.. என்னையும் என் தம்பியையும் கிண்டல் பண்ணாத.. "

" நீ மட்டும் எங்க குடும்பத்தையே விசித்திர ஜந்துக்கள் சொன்ன, நான் உன் தம்பியை மட்டும் தானே கிண்டல் பண்ணேன்? ஓஹோ.. அப்படி.. "

" எப்படி..? "

" பொண்டாட்டியானதும் ராஜ்ஜியம் தொடங்கிடுச்சு அப்படி தானே? என் பேச்சு உரிமையை பறிக்க பார்க்கிற இல்ல? "

" பேச்சை மாத்தாத ஜிலேபி.. சொல்லுடா ஹரிஷ் இங்க வரானா?"

" நான் தான் வர சொன்னேன். சட்டுன்னு போய் அவங்க முன்னாடி நிக்க எனக்கே யோசனையா இருக்கும்போது, உனக்கும் தயக்கம் இருக்குமில்ல? அதான் அவனை கிளம்பி வர சொன்னேன். அவனும் ப்ரீ வெட்டிங் ஃபோட்டோ ஷூட் எடுக்க அவன் ஃபியன்ஸ்சே கூட வந்து இருக்கான். "

" அப்புறம், அவன்கிட்ட நம்ம கல்யாணம், அப்பு நம்ம பையன் இப்படி எதுவும் நான் சொல்லல. நீயே உன் தம்பிக்கு சொல்லிடு, ஊருக்கு வந்துட்டான் போல அதான் கால் பண்ணி இருக்கான். நான் பேசிட்டு வரேன். நீ கிளம்பு அவங்க கூட லஞ்ச் போய்ட்டு வரலாம். " சத்யா விளக்கம் கொடுக்கவும், தயாராக ஆரம்பித்து இருந்தாள்.

சத்யா பேசிவிட்டு வந்து விவரத்தை கூற, அவனை தயாராக சொன்னாள்.

" எதுக்கு ரெடி ஆகனும். இங்க கீழ இருக்கிற ரெஸ்டாரன்ட்டில் சாப்பிட

போறோம். இந்த ஷார்ட்ஸ் டிஷர்ட் போதாதா? "

" சத்யா நீ இந்தியா டவர்ஸ் வீட்டு வாரிசு டா.. கோடீஸ்வரன் மாதிரியா இருக்க? "

" அட மொசக்குட்டி.. நான் வெறும் சத்யபிரகாஷ். கிளவுட் லைன்சில் வேலை பார்க்கிற ஒரு வேலைக்காரன். நீ இந்த வேலைக்காரனோட பொண்டாட்டி அவ்ளோ தான் நம்ம லெவல்.. எனக்கு இந்தியா டவர்ஸ் அடையாளம் வேண்டாம். "

" நீ மறுத்தாலும் அதான் சத்யா உண்மை. உன்னை பத்தி நான் அப்பாகிட்ட சொல்லனும். அப்போ உன் குடும்பத்தை பத்தியும் சொல்லனும். நம்ம இறந்த காலமும் பிறந்த ஜாதகமும் நமக்கு தான் முக்கியம் இல்ல. அவங்களுக்கு வேணும். மறைக்க முடியாது, தாத்தன், அப்பன் பெயரை எல்லாம் மாத்த முடியுமா? முடியாது. சத்யபிரகாஷ் தான் நீ, உன் பெயருக்கு பின்னாடி இருக்கிற பிரகாஷ் தான் உன் அடையாளம். நீ செத்தாலும் அது உன்னோட தான் வரும்."

" வரும் தான்.. ஆனா அந்த அடையாளம் கொடுத்த வலி கொஞ்சம் இல்லையே அனு.. அதை கொண்டாடி இன்னும் எதையும் இழுத்துக்க எனக்கு விருப்பமில்லை.."

" ஏன் சத்யா உன் அப்பா சொன்னாரா நீ என் பிள்ளை இல்லன்னு? உன் அப்பாவை தெரிஞ்ச எல்லாருக்கும் தெரியும் அவருக்கு ரெண்டு தாரம்னு, மூத்தவன் நீ தானும் தெரியும். அதை உன் அப்பாவும் மறுக்கல. உன் அத்தை கோவத்தில் சொன்னா ஆச்சா? புருஷன் இல்லாம வீட்டுக்கு வந்த தங்கச்சியை புண்படுத்த வேண்டாம் தான் உன் அப்பா பேசாம இருக்கார். என்ன இருந்தாலும் அவருக்கு உங்க அத்தை மேல உன்னை விட அதிகம் பாசமிருக்கும் தானே? அதுக்காக நீ அந்த வீட்டுப்பிள்ளை இல்லன்னு ஆகிடுமா? "

" சரி அனு எனக்கு புரியுது. நீ உங்க அப்பாகிட்ட சொல்லு, அதே நேரம் இப்ப இருக்கிற என்னோட சூழ்நிலை, மனநிலை ரெண்டையும் சொல்லிடு பிளீஸ்.. பின்னால இதனால எந்த மனகஷ்டமும் வேண்டாம். "

" நான் எதும் தேவை இல்லாம பேசிட்டேனா? "

" இல்ல கல்யாணம் பெரிய பொறுப்பு அதை சரியா செய்யனும் புரிஞ்சுக்கிட்டேன். நான் ட்ரெஸ் மாத்திட்டு வரேன் போலாம். "

வியாஷை தூக்கிக்கொண்டு சத்யா நடக்க அவன் பின்னே பதட்டத்துடன் நடந்து வந்தாள் அனு ஹாசினி. தம்பியை அவளின் கண்கள் தேட அங்கிருந்த ஆறு பேர் அமரும் இருக்கையில் அமர்ந்தனர் மூவரும். அனு அமர்ந்து சுற்றியும் பார்க்க, பட்டென ஒரு கரம் அவளின் கண்களை மூடவும்,

" எருமை.. விடு டா.. எனக்கு பிடிக்காதுன்னு தெரியும் தானே உனக்கு? " அனு கத்த, வியாஷ் அதிர்ந்து போய் பார்த்தவன், ஹரிஷ் கையில் அடிக்க, ஹரிஷின் கவனம் சிறுவனின் மேல் விழவும், பொம்மை போல இருந்தவனை அள்ளிக் கொண்டான்.

கல்யாண வயதை தொட்டு நிற்கும் தம்பியை பார்த்து அனுவின் விழியில் நீர் நிறைய, ஹரிஷ் அக்காவின் மகன் மேல் கண் பதித்து வியந்து கொண்டு இருந்தான்.

" ஹரிஷ் உன் ஃபியன்ஸ்சே எங்க?"

" இதோ மாமா கூப்பிட்டு வரேன். "

அரை நிமிடத்தில் அவளோடு வந்து நின்று இருந்தான் அவர்களின் எதிரில் பரஸ்பர அறிமுகம் முடித்து, அமர, ஹரிஷ் அக்காவையும், அவளின் அருகில் அமர்ந்து இருக்கும் சத்யாவையும் பார்த்து ஆச்சரியப்பட்டு கொண்டான்.

18

" என்ன ஹரிஷ் இப்படியே பார்த்துட்டே உக்கார்ந்து இருக்க போறியா? " சத்யா கேட்கவும்,

" உண்மையா என்னால இன்னும் நம்ப முடியல.. எனக்கு நீங்க மாமா.. அக்கா-வோட ப்ரெண்ட் தான் இவ்வளவு நாளும் நினைச்சேன்... எனக்கு என்ன சொல்-றதுன்னு உண்மையா தெரியல.. "

" எல்லா சந்தர்ப்ப சூழ்நிலை, யாருக்கு யார்மேல, எப்போ, எப்படி காதல் வரும் யாருக்கும் தெரியாதே? அப்படி தான் இதுவும். " சத்யா கூற,

" அப்பா கண்டிப்பா சந்தோஷப்பட வாய்ப்பு இருக்கு மாமா. அதும் அப்புவை பார்த்தா கண்டிப்பா மனசு மாறிடும். பொம்மை மாதிரி அழகா இருக்கான். "

" டேய் குட்டிமா.. உன் தம்பிகிட்ட பேச என்ன யோசனை உனக்கு? "

" பேசு அக்கா.. என்மேல எதும் கோவமா? நான் எவ்ளோ மெயில் பண்ணேன் எதுக்கும் பதில் அனுப்பாம இருந்தது நீ தானே? அதான் மாமாக்கு அனுப்பி விட்-டேன். அவர் தான் என் மாமா தெரிஞ்சு இருந்தா எப்பவோ உன்னை தேடி வந்து நின்னு இருப்பேன். "

" அம்மா, அப்பா ரெண்டு பேரும் எப்படி இருக்காங்க? "

" ரொம்ப நல்லா இருக்காங்க அக்கா.. அம்மாக்கு நீ இல்லன்னு கவலை, அப்-பாக்கும் இருக்கு ஆனா வெளிய காட்டாம இருக்கார். நீ வா கல்யாணம் முடிஞ்சு லண்டன் போனா போதும். எங்க நீ இல்லாம என் கல்யாணம் நடந்ததுருமோன்னு இருந்தேன். எல்லா சரியாகிடும் பாரு.. " ஹரிஷ் சொல்லவும் சத்யாவின் மனதில்

வலி.

" அனுக்கா தேவிகா என்னோட ஸ்கூல் மேட். ஒரே இடத்தில் வேலை, எங்களுக்கு காதல் கல்யாணம். "

" பார்டா.. இது வேறயா? அதான் மாப்பிள்ளை நம்பி தனியா அனுப்பி இருக்காங்க. " சத்யா மனதை மறைத்து சிரித்து கிண்டல் பேசிக் கொண்டே உணவை ஆர்டர் செய்து கொண்டனர்.

அப்புவுக்கு சத்யா உணவை ஊட்டிவிட, அவனுக்கு அனு பரிமாற, சத்யா அவளுக்கு பிடித்ததை கேட்டு ஆர்டர் கொடுக்க என நிறைவாக இருக்கும் அக்காவின் குடும்பத்தை கண்டு தம்பி மகிழ்ந்து இருந்தான். அவர்களை அறைக்கு அழைத்து சென்று நீண்ட நேரம் கதை பேசிவிட்டு ஹரிஷ் விடைபெற வெளியே வர,

" டேய் ஹரிஷ் தனியா வந்தீங்க சரி. ஒரே ரூமில் தங்கி இருக்கீங்களா? "

" அக்கா.. அது.. "

" நீ கிளம்பு ஹரிஷ்.. மணியாச்சு.. " சத்யா சொல்லவும் ஹரிஷ் தலையாட்டி கிளம்ப, சத்யா அனுவை அறைக்குள் அழைத்து வந்து இருந்தான்.

" அட கூறு கெட்ட குக்கரு.. தம்பிகிட்ட கேக்குறா பாரு கேள்வி "

" அப்பாக்கு இதெல்லாம் பிடிக்காது சத்யா அதான் கேட்டேன்.. "

" ஓஹோ.. அப்போ ரெண்டு நாள் முன்ன வர நீங்க செஞ்சது என்ன அனு மேடம்.. "

" சத்யா நம்ம பிரெண்ட்ஸ்.. கண்ணியமா இருந்தோம். ஆனா இது.. "

" புருஷன் பொண்டாட்டியா நடிச்சோம். அதுக்காக ஒரே ரூமில் இருந்தோம். உன் கண்ணியம் கட்டுப்பாடு எல்லாம் யார் கண்ணுக்கும் தெரியாது. நம்ம கண்ணியமா இருந்த மாதிரி அவங்கங்களும் இருக்கலாம் தானே? இல்லாட்டியும் இப்ப ஒன்னும் பிரச்சனை இல்ல.. அந்த பொண்ணு அவனுக்கு பாதி பொண்டாட்டி. அவங்க

அந்தரங்கம் அது.. உன் அப்பாக்கு பிடிக்காதுன்னு அவன் இடுப்புக்கு ஈர துணியா போட்டு படுக்க முடியும்? நமக்கு தான் வாய்க்கல, அவனாவது வயசுக்கு தகுந்த மாதிரி சந்தோசமா இருக்கட்டும் விடு. "

" எனக்கு இது புரியல ஜிலேபி, அப்பாக்கு பிடிக்காதே இவன் எப்படி இந்த மாதிரி சுத்துறான்? அப்பாவை எதிர்த்து நிக்கிறானோ தான் கேட்டேன். "

" சரி வா தூங்கலாம். ஜூனியர் தூங்கிட்டார். நாமும் தூங்குவோம். நீ அப்பு கூடவா? இல்ல தனியா சிங்கிள் பெட் எடுக்குறியா? " சத்யா கேட்டு கொண்டே அப்புவை சரியாக படுக்க வைக்க,

" நான் அப்பு கூட படுக்கிறேன். என்னால தனியா தூங்க முடியாது இன்னிக்கி.. "

" ஏன் லட்டு என்னாச்சு? "

" பழசு எல்லாம் கண்ணுக்குள்ள வருது அம்மு.. "

" ஒன்னும் இல்ல செல்லம், அதெல்லாம் வெறும் கனவு. இதோ நீ, உன்னோட நான், நம்ம பையன் இதான் உண்மை. உனக்கு எனக்கும் கல்யாணம் ஆகிடுச்சு உன்னோட நான் எப்பவும் இருப்பேன் அதை மறக்காத.. வா தூங்கு.. "

நான்கு நாட்களும் அழகாய் சென்று இருந்தது. குடும்பமாக ஊர் சுற்றி, ஹரிஷை கிண்டல் செய்து, தேவியுடன் நட்பாகி, அப்பு தாய் மாமன் அவனை அவனை கொஞ்சி உறவாடி, ஹரிஷ் அக்காவின் பொம்மை குட்டியை அவனின் மகனாய் தாங்கிக் கொள்ள, சத்யா அனுவின் மகிழ்வில் இனிமை கண்டு இருந்தான். மனம் சில நேரம் ஏங்கி போனது, கண் கலங்கிய நொடிகளில் கழிவறை சென்று அவனை சமன் செய்து கொண்டு வந்தான்.

அன்று சென்னை செல்ல, பயணம் தொடங்க, அனு பதட்டமாக இருந்தாள். சென்னையில் கால் வைத்த நேரம், பதட்டம் நடுக்கமாக மாறி இருந்தது. வீட்டின் முன் கார் நிற்க, ஹரிஷின் தகவலில் தாய் அவள் வாசலில் காத்திருந்தார். அனு ஹரிஷ் கை பிடித்து நிற்க, ஹரிஷ் அவளை மெல்ல வீட்டின் உள்ளே அழைத்து சென்றான். சத்யா மகனோடு பின்னே நடந்தான்.

வாசலில் நின்று இருந்த தாயை கண்டதும் சிறுபிள்ளை போல அனு அழ, அவரோ மகளை அணைத்து கொள்ள, மூவரும் கண்ணீரில் நின்ற நிமிடம், குளித்து வந்த ஜெயமோகன் வாசல் வரவும் மகளை பார்த்து அதிர்ந்து நின்று விட்டார். கழுத்தில் தாலி, நெற்றியில் குங்குமம் எல்லாம் செய்தி சொல்ல, அவளின் பின்னே பார்க்க, சத்யா நின்று இருந்தான். அவரை கண்டதும் எதோ குற்ற உணர்வில் தலை குனிந்து கொண்டான். ஆனால் அப்பு முகம் மலர்ந்து சிரித்து இருந்தான்.

" அப்பா.. அக்காவை உள்ள கூப்பிடுங்க பா... அக்கா கல்யாணம் பண்ணல தானே கோவம் உங்களுக்கு? இது அக்காவோட பையன் பாருங்க.. " ஹரிஷ் அப்புவை தூக்கி கொண்டு தந்தை முன் நிற்க, அனு முகத்தை மூடி அழ, சத்யா அவளை சமாதானம் செய்து கொண்டு இருந்தான்.

" இவனை விரும்புறேன் சொல்லி இருந்தா நானே பண்ணி வெச்சு இருப்பேனே அனு.. இதுக்கா என்னை விட்டு போன? " ஜெயமோகன் கேட்ட கேள்வியில் அனு இன்னும் அழ,

" இல்ல சார்.. அவ மனசு உடைஞ்சு போய் இருந்தா, உங்க பயம் அவளுக்கு புரியல. அவளோட மன அழுத்தம் உங்களுக்கு புரியல. அனு ஊருக்கு வந்த கொஞ்ச நாளில் எங்களுக்குள்ள காதல். என்னால அனுவை யாருக்கோ கட்டி வெச்சுட்டு எப்படி இருக்கான்னு கஷ்டப்பட விருப்பமில்லை. அவளுக்கும் என்னை பிடிச்சு இருக்கவும் கல்யாணம் பண்ணிக்கிட்டோம். எங்களை மன்னிச்சிடுங்க நாங்க செஞ்சது தப்பு தான். "

" இவன் உன் மகனா அனு? "

" ஆமா பா.. என் பையன்.. உங்க பேரன்.. "

மோகன் அப்புவை வாங்கவும் வைத்தான் கன்னத்தில் அவனின் முத்திரையை, கண் கலங்கி போய் நின்றவர்,

" போ.. போய் ஆரத்தி எடுத்துட்டு வா, மூணு பேரும் ஒன்னா நில்லுங்க.. " ஜெயமோகன் மகிழ்வுடன் கூற, அனு அவளின் அப்பாவை அணைத்து மன்னிப்பு கேட்டு அழ, அவளின் கண் துடைத்து
விட்டார்.

மூவருக்கும் ஆரத்தி எடுத்து வீட்டின் உள்ளே அழைத்து செல்ல, அப்புவை கொஞ்சிக்கொண்டு இருந்தனர் தாத்தாவும் பாட்டியும். ஹரிஷ் அனுவின் அறையில் சத்யாவை ஓய்வு எடுக்க சொன்னான். அனு அறைக்குள் வந்தவள் அறையை சுற்றி பார்க்க,

" அப்பா வாரம் ஒரு முறை எல்லாத்தையும் துடைக்கிறேன் பெயர் சொல்லிட்டு, இங்க வந்து உன்னோட நினைவில் உக்கார்ந்து இருப்பார். என்ன இருந்தாலும் பொண்ணு மேல அப்பாகளுக்கு பாசம் அதிகம் தான்." ஹரிஷ் அவளை சீண்ட, தம்பியை முறைத்தவள்,

" என்ன தம்பி அடி வேணுமா? எங்க அப்பா என்னை கொஞ்சுனா உங்களுக்கு ஏன் எரியுது? "

" கொஞ்ச நேரம் முன்னாடி அழுதுட்டு நின்ன சப்ப மூக்கியை யாரும் பார்த்தீங்களா? "

" வேண்டாம் உன் பொண்டாட்டிக்கு உன் பட்டப்பெயரை சொல்லிடுவேன். அப்புறம் அசிங்கமா போய்டும். " அனு மிரட்ட, ஹரிஷ் அடிபணிய, இருவரின் செல்ல விளையாட்டை ரசித்து கொண்டு அமர்ந்து இருந்தான் சத்யா. சட்டென வித்யா கண் முன் வர, நெஞ்சை அழுத்தி தேய்த்துக் கொண்டான்.

மதிய உணவை அம்மாவின் கையால் உண்ட அனு, அப்புவுக்கும் ஊட்டி விட, சமத்தாக அவளிடம் உணவு வாங்கி கொண்டவனை பார்த்து அனுவின் அம்மாவுக்கு ஆச்சரியம்.

" சமத்து பையன் போல அப்புக்குட்டி? சொன்னதை கேட்டு அதை சரியா செய்யுறான்.. " அவர் மனம் திறந்து பாராட்ட,

" எல்லாம் சத்யா ட்ரைனிங் மா "

" அனு.. இப்படி மாப்பிள்ளை பெயர் சொல்லி கூப்பிட்டு இருக்காதா, இது லண்டன் இல்ல. " தாயை திட்டவும் அனு உதடு கடிக்க, சத்யா வாய்க்குள் சிரித்துக் கொண்டான்.

அனு சாப்பிட்டு வரவும் மகளை தனியாய் அழைத்து சென்ற மோகன். சத்யா பற்றிய விவரங்களை கேட்க, அனு அனைத்தையும் கூறி இருந்தாள். ஹரிஷ் வியப்பின் உச்சிக்கே சென்று இருந்தான். தங்கள் வீட்டில் ஒரு கோடீஸ்வரன் இருக்கிறான். அதுவும் இயல்பாக, எங்களுடன் ஒருவனாக, சத்யாவின் மீது மிகுந்த மரியாதை வந்திருந்தது.

" அவங்க வீட்டுக்கு தெரியுமா அனு உங்க கல்யாணம்? "

" தெரியும் பா "

" மாப்பிள்ளைக்கு மரியாதை இல்லாத இடத்தில் அவர் இருக்க வேண்டாம். ஆனா அவரை பெத்தவருக்கு மரியாதை தர வேண்டியது எங்க கடமை. ஹரிஷ் கல்யாணத்துக்கு அழைப்பு தரலாமா? கேட்டு சொல்றியா அனு? அவங்க வர முடியாம போனாலும் தப்பில்ல."

" கேட்டு சொல்றேன் பா.. "

" அக்கா.. மாமாக்கு எதும் வசதி குறையா இருந்தா சொல்ல சொல்லு.. பிறந்ததில் இருந்தே கோடீஸ்வர வீட்டு பிள்ளை. நம்ம வசதி அவருக்கு போதுமா? " ஹரிஷ் கேட்கவும்,

" எதாவது தேவையா இருந்தா சத்யாவே சொல்வார். நீயா எதையும் வாங்க வேண்டாம். " அனு கூற சரியென கூறி இருந்தாள்.

கொஞ்சம் உறங்க வேண்டும் என்ற எண்ணத்தில் அறைக்குள் வந்தவள் கண்ட காட்சி அவளை புன்னகை சிந்த செய்தது. அப்பு கட்டிலில் உறங்கி இருக்க, அவ விழாது இருக்க தலையணை தடுப்பாக வைத்து இருந்தவன் வெறும் தரையில் இரு கையையும் தலையனையாக வைத்து நெஞ்சை நிமிர்த்தி உறங்கிக்கொண்டு இருந்தான்.

அவன் அருகில் வந்து அமர்ந்து, தூங்கும் அவனின் முகம் பார்த்தாள். அப்புவின் இன்னொரு உருவாக தெரிந்தான். அப்புவை போல அனைத்தையும் விரும்பி, எதை கொடுத்தாலும் மகிழ்ந்து, எப்போதும் பிறரை புன்னகைக்க செய்து, குழந்தை போல இருக்கும் இவனுக்குள் எத்தனை வலிகள்? அவனின் மூடிய விழியில் கசியும் ஈரம் கண்டு அனு சத்யாவை நெருங்க, அவனோ அவளின் அருகாமையில்

கண் விழித்து புன்னகைக்க, அனு அவனின் கண்ணை துடைத்து விட்டாள்.

" அப்பா என்ன சொன்னார் அனுமா? "

" ஹான்.. உங்க வீட்டுக்கு பத்திரிக்கை தரலாமா கேட்டார் உன்கிட்ட கேட்டு சொல்றேன் சொல்லி இருக்கேன். எதாவது வசதி குறைவா இருக்கான்னு ஹரிஷ் கேட்டான். "

" உங்க வீடு சொர்கம் டி சீனுக்கட்டி எனக்கு எந்த குறையும் இல்ல. "

" பிடிச்சு இருக்கா சத்யா என் வீடு உனக்கு? "

" பிடிச்சுருக்கு.. உன்னை பார்த்ததும் உங்க அப்பா கோவத்தை எல்லாம் தூக்கிப்போட்டு ஆரத்தி எடுக்க சொன்னார் பாரு நின்னுடாரு நெஞ்சுல. உங்க அம்மா பார்த்து பார்த்து பரிமாறின அப்ப எங்க அம்மாவை அவங்க உருவத்தில் பார்த்தேன். ஹரிஷ்.. ஹரிஷ் மாதிரி எனக்கு ஒரு தம்பி ஏன் இல்ல ஏக்கமா இருக்கு, உன் மேல எவ்ளோ பாசம் இல்ல எல்லாருக்கும்? நீயும் அப்புவும் சிரிக்கும் போது இது போதும் நெஞ்சு நிறைஞ்சு போகுது. வேற என்ன வேணும் எனக்கு பிடிச்சு இருக்கு. "

" சத்யா.. "

" தப்பா நினைக்கலன்னா நான் உன் மடியில் கொஞ்ச நேரம் படுக்கலாமா? " சத்யா கேட்கவும், அனு பக்கம் நகர்ந்து அமர, சத்யா அவளின் மடியில் படுத்த நொடி அவனின் முதுகு குலுங்க,

" சத்யா.. அழாத.. அழாத டா.. ஒன்னும் இல்ல.. என்னை பாரேன். "

" அழ விடு அம்மு.. நெஞ்சு பாரமா இருக்கு பிளீஸ்.. "

அவனை அழ விட்டவள், காத்திருக்க, அரை மணி நேரம் அழுதவன், மெல்ல விசும்ப அவனின் கண்ணீர் அடங்கிய நேரம் உறங்கி இருந்தான். அவனின் உறக்கம் கலையாது தலையை தலையணைக்கு மாற்றியவள் அப்புவுடன் கட்டிலில் சென்று படுத்துக் கொண்டாள்.

19

இதுவரை அனு சத்யாவை இப்படி எல்லாம் பார்த்ததே இல்லை. உடைந்து அழும் இவன் இவளுக்கு புதியவன், எட்டு வருடமாக அவளிடம் கூடவா அவனால் மன திறக்க முடியவில்லை? நான் எப்படிப்பட்ட தோழி? ஒரு நாளும் அவனின் வலிகளை பற்றி அறிந்து கொள்ளாது இருந்து விட்டேனே? எத்தனை அழுத்தம் இவனுள்? இதற்காக தான் தயங்கி, யோசித்து, தன்னை வேண்டாம் என்று மறுத்தானா? சிந்தனையில் மூழ்கி சோர்வில் உறங்கி இருந்தாள்.

சத்யா எழும் போது வீட்டில் கலகலப்பான சிரிப்பு சத்தம். எழுந்து ஜன்னல் வழியே எட்டிப் பார்க்க, அனு, ஹரிஷ், அப்பு, இன்னும் சில வாண்டுங்கள் என ஹாலில் ஓடிப்பிடித்து விளையாடி கொண்டு இருந்தனர். சத்யா முகம் கழுவி அங்கே வரவும், சத்யா கண்டு அனைவரும் நின்று இருந்தனர்.

" என்னை பார்த்ததும் என்னாச்சு? விளையாடுங்க.. " சத்யா கூற, அவனின் அருகில் வந்தவள் அவளின் பெரியப்பா மகன்களை அறிமுகம் செய்து, அவர்களின் பிள்ளைகளையும் அறிமுகம் செய்து வைத்தாள். சத்யாவும் அவர்களிடம் இன்முகமாக நலம் விசாரித்து கொண்டான். இரவு உணவு வரை இருந்தவர்கள் உணவு முடித்து கிளம்ப, யாஷ் தூக்கத்தில் கண் சொருக, அவனை உறங்க வைக்க அறைக்குள் சென்று இருந்தான்.

" ரொம்ப அனுசரணையான பையன் அனு. சித்தப்பா சொன்ன அப்போ கொஞ்சம் வருத்தம் இருந்தது உண்மை. நேரில் பார்த்த அப்புறம் நிறைவா இருக்கு, லண்டன் போனாலும் அடிக்கடி பேசு இனிமேல்.. " அண்ணன் மனம் நிறைந்து கூறிவிட்டு செல்ல, அனு முகத்தில் நிறைவு.

அனு அறைக்கு வர சத்யா அவனின் மின்னஞ்சலை பார்த்துக்கொண்டு இருந்தான்.

" தங்கக்கட்டி, செல்லக்குட்டி மாடிக்கு போலாமா? உன்னோட பேசனும் எனக்கு? "

" ஏய் வாலு சரக்கடிக்க பிளான் போடுறியா? வேண்டாம்டி மானம் போய்டும். "

" அய்யோ.. சத்யா.. அதெல்லாம் இங்க பண்ணா எங்க அப்பா தொலை உரிச்சு உப்புக்கண்டம் தான்.. பேச தான்டி மயிலு கூப்பிடுறேன் வா "

மாடிக்கு வர மனம் லேசான உணர்வு சத்யாவின் உள்ளே, அதை இறுக செய்ய அனு அந்த கேள்வியை கேட்டு இருந்தாள். சத்யா கண்கள் நீரில் நிறைய, மாடியை விட்டு இறங்க,

" ஏன் லவ்லி, என்கிட்ட சொல்ல கூடாதா? எட்டு வருஷமா மறைச்ச மாதிரி இப்பவும் செய்ய நினைக்காத.. சொல்லேன்.. உன் வலி எனக்கும் வலி தான் சத்யா. "

" என் வலி உனக்கு வேண்டாம் அம்மு.. ரொம்ப வலிக்கும் விடேன்.."

" ஏன் அழுத சத்யா? என்னாச்சு பேபி.. இப்படி அழ தெரியுமா உனக்கு.. "

" ஒன்னும் இல்ல.. ஏமோஷன் ஆகிட்டேன் அவ்ளோ தான். "

" அதான் எதுக்கு? சொல்லு நான் உன் சரி பாதி இப்போ.. எல்லாத்திலும் எனக்கு பங்கு உண்டு.. பிளீஸ்.. "

அனு அழுத்தி கூறிய பிளீஸ்.. அவனை வாய் திறக்க செய்து இருந்தது.

" ஏக்கம்.. நெஞ்சு எல்லாம் ஏக்கம். எனக்கு இப்படி ஒரு குடும்பம் ஏன் அமையல? இப்படி ஒரு அப்பா ஏன் கிடைக்கல? ஹரிஷ் மாதிரி ஒரு தம்பி... ம்ம்.. எட்டு வருஷமா என்னை யாருமே தேடல அனுமா.. இதோ ஹரிஷ் மெயில் பண்ணி, உன்னை தேடி வந்து, உங்க வீட்டுக்கு கூப்பிட்டு, சமாதானம் செய்து.. எத்தனை பாசம் இல்ல அவனுக்கு உன் மேல? என்னை ஏன் யாரும் கூப்பிடல? நாலு கல்யாணம் நடந்து இருக்கு அனு என் வீட்டுல, அன்பு கல்யாணத்தை கூட விடு. இந்த விஜய், சூர்யா, ஹரி, வித்யா யாருக்கும் என் நினைப்பு வரலியா?

அப்பா, பெரியம்மா யாருமே என்னை கூப்பிடல. அப்ப நான் யாரு அவங்களுக்கு?"

" ஹரிக்கு கல்யாணம் என் அக்கா என்னோட இருக்கனும் தேடின அந்த பாசம் ஏன் எனக்கு கிடைக்கல? அப்போ அது என் குடும்பமே இல்லை தானே? என்னை வேரோட வெட்டி போட்டுட்டாங்க அனு. ஆமா நான் என் அப்பாவை விட்டு விலகி தான் இருந்தேன் காரணம் கோவம். அவரோட தங்கைக்கு காட்டின அன்பை போல, அவர் கண்டிப்பையும் காட்டி இருக்கனும். அவர் தான் இடம் கொடுத்து எங்க அம்மாவை பேச விட்டார். "

" அம்மாக்கு ஆதீத மன அழுத்தம், நெஞ்சு வலி அவங்களுக்கு தெரியும் தான் இருக்க மாட்டோம்னு, என்னை சரி பண்ணத்தும் உயிர் விட்டாங்க. அவங்க சொன்னாங்க அனு லண்டன் போ சத்யா அங்க தான் உனக்கு நிம்மதின்னு.. எவ்ளோ வலி இருக்கும் அதுல? அவங்க இல்லாம அன்புக்கு ஏங்கி போவேன் அவங்களுக்கு தெரிஞ்சு இருக்கு, ஆயிரம் பத்திரம் சொன்னாங்க. அவங்களுக்கே இங்க யார்கிட்டேயும் நம்பிக்கை இல்ல மனசு விட்டு செத்து போய்ட்டாங்க. "

" இந்த சத்யாவை கூப்பிட்டா அறிவுக்கு அத்தைக்கு பிடிக்காது. அவங்க பேசினா எனக்கு கோவம் வரும். வீண் சண்டை சச்சரவு.. இவன் எதுக்குன்னு ஒதுக்கி விட்டாங்க. இப்போ அக்கறை என்மேல இவங்களுக்கு? இந்த எட்டு வருஷத்தில செத்து போய் இருந்தா கூட கவலைப்பட்டு இருக்க மாட்டாங்க. சஞ்சய் போல அனாதை பிணமா போய் இருப்பேன் நினைக்கிறேன். நீயும் அப்புவும் இல்லாம போய் இருந்தா இப்படியே தனிமையில் செத்து தான் போய் இருப்பேன்."

" எல்லாருக்கும் காதல் கல்யாணம் அம்மு வீட்டுல.. ஆகாஷ் கூட அன்பை காதலிச்சு தான் கல்யாணம் பண்ணி இருக்கான். அப்ப என் காதல் மட்டும் என்ன பாவம் பண்ணுச்சு? இன்னிக்கி வரைக்கும் என்னால எந்த ஒரு பொண்ணோடவும் இயல்பா கூட பழக முடியல.. என்னை டேட்டிங் கூப்பிட்ட பொண்ணுகளுக்கு எல்லாம் நான் முடியாது சொல்லும் போதும், அந்த பொண்ணுங்க பார்க்கிற பார்வையிலும் அவமானப்பட்டு இருக்கேன். என் உணர்வு எல்லாம் செத்து போய்டுச்சு அனு. எந்த பொண்ணும் என்னை நெருங்காம இருக்க ஒரு வகையில் அப்பு எனக்கு பாதுகாப்பு. என்னோட நீ இருக்கனும், நீ இல்லாம என்னால வாழ முடியாது, உன்னை பத்திரமா பார்த்துக்கனும் இதான் நான் உன் கழுத்துல தாலி கட்ட காரணம். சராசரி ஆம்பளையா என்னால உன்னோட வாழ முடியுமான்னு எனக்கு சத்தியமா தெரியல. ஒரு வகையில பயமா இருக்கு, என்னை நீயும் வெறுத்து

ஒதுக்கிட மாட்ட தானே? "

" எனக்கு வலிக்குது அனு.. நெஞ்சு எல்லாம் வலிக்குது.. நான் இந்த வலியில தான் துடிச்சு துடிச்சு சாக போறேன் தோணுது.. உயிர் பிரியறது வலி இல்ல அனு, உயிருக்கு உயிரா இருந்த உறவு பிரியற வலி இருக்கு பாரு அது உயிர் போறது விட வேதனை. என் குடும்பம்.. எத்தனை பெருமைப்பட்டு இருக்கேன் தெரியுமா ஒரு காலத்தில்? இப்போ..? இதுக்கு என்னை கொன்னு போட்டு இருக்கலாம். என் மனசு ஏன் இல்லாத பாசத்துக்கு ஏங்கி சாகுதுன்னு தெரியல." சத்யா மனதில் உள்ளதை எல்லாம் கொட்டி இருந்தான். ஆனால் அனு கதறி அழுது இருந்தாள்.

ஒதுக்கம் எத்தனை வலி என்பதை உணர்ந்தால் தான் தெரியுமோ? நாளை நிச்சயம் இல்லாத வாழ்க்கையில் தான் எத்தனை துன்பங்கள்? சத்யா, சூர்யா, விஜய் என யார் மீது தவறில்லை. மூவருக்கும் தாய் பாசம் தான் கோவத்தை கொடுத்தது. அவர்களின் உணர்வுகள் சரியே. ஆனால் அந்த உணர்வுகளை வைத்து பொம்மலாட்டம் ஆடியது அறிவுமதி அல்லவா? நாம் அறிந்தே பிறருக்கு செய்யும் வலிகளுக்கும், துன்பங்களுக்கும் காலம் துல்லியமாக கணக்கு வைத்து இருக்கிறது.

அதற்கு தெரியும் யாருக்கு எப்போது எதை கொடுக்க வேண்டும் எதை கொடுக்க கூடாது என்று, எங்கே யாரை எப்படி அடித்தால் வலிக்கும் என்று, யார் எதை எப்படி கொடுத்தாலும் அதை அப்படியே அவருக்கு திருப்பி கொடுக்க வேண்டும் என்று, ஆம்.. காலம் நேரம் கூடி வந்தால் வாழ்க்கை கற்பித்து கொடுக்கும் கர்மா. இங்கே சட்டங்கள் அனைவருக்கும் பொது. அதுவும் இந்த கலியுகத்தில் கணக்குகள் உடனுக்கு உடன் தீர்க்கப்படுகிறது. நாம் எதை விதைத்தோமோ அதை தானே அறுவடை செய்ய முடியும்..?

சத்யா அவளின் முதுகை தடவி கொடுக்க மெல்ல அழுகையை நிறுத்தி இருந்தாள்.

" இதுக்கு தான் அனுமா வேண்டாம் சொன்னேன்.. என்னால உன்னை நிம்மதியா வெச்சுக்க முடியாது. இப்போ என்னால நீயும் அழற பாரு.. என்னால எல்லாருக்கும் சங்கடம் தான்.. அழாத டா பிளீஸ்.." சத்யா அமைதியாக சுவரில் சாய்ந்து அமர்ந்து இருக்க, அவளின் தோளில் சாய்ந்து இவளும் அமர்ந்து கொண்டாள்.

" இத்தனை வலியா தங்கம் உனக்குள்ள? எனக்கே நெஞ்சு வலிக்குது இப்ப.. "

" எதையும் யோசிக்காத அனுமா.. எல்லாம் மாறிடும் நம்புறேன். உன் கழுத்தில் தாலி கட்டின அப்போ என் அம்மாகிட்ட என்ன கேட்டேன் தெரியுமா? எல்லாம் மறந்து புதுசா ஒரு வாழ்க்கை தொடங்க ஆசி கொடுங்கன்னு தான். நானும் சரா-சரி ஆணா வாழனும் கேட்டேன்."

" சத்யா.. அன்பு.. அன்பு இன்னும் உன் மனசில் இருக்காளா? "

" இல்லேன்னு பொய் சொல்லலாம். ஆனா இருக்காளே அனு. பதினாறு வயசுல மீச அறும்ப ஆரம்பிச்ச அப்ப அவ மேல வந்த ஈர்ப்பு, காதலாகி, அவ வார்த்-தையில் எனக்குள்ள உயிரா மாறின காதல். முதல் காதல், என்னோட அந்தரங்க கனவு எல்லாம் அவளோட தானே? உரிமையா கழுத்துக்கு கீழ பார்த்த ஒரே பொண்ணு அவ தான். அவளுக்கும் நான் தான் எனக்கு தெரியும். அவ அம்-மாகாக என்னை வேண்டாம் சொன்னா, கண்டிப்பா அதுக்கு அப்புறம் என்னை போல அவளும் துடிச்சு போய் இருப்பா, ஆகாஷ் கல்யாணம் பண்ணிட்டு அவனோட வாழ அவளுக்கும் நிறைய வலிச்சு இருக்கும். "

" அவ கல்யாணம் வரை எனக்கு சின்ன நம்பிக்கை இருந்தது. முட்டாள் நான்.. கல்யாணத்துக்கு ஒரு மாசம் இருக்கும் போது மெயில் பண்ணேன் வந்துரு அன்பு என்னோட கூப்பிட்டேன், கெஞ்சினேன்.. வர மாட்டேன் சொல்லிட்டா.. மறுபடியும் வலி.. அத்தைக்கு என்னை பிடிக்காதுனு முன்னாடியே தெரிஞ்சு இருந்தா அவ நிழலை கூட தொட்டு இருக்க மாட்டேன் இல்ல பிரச்சனை வரதுக்கு முன்னா-டியே அவளை எனக்கு சொந்தமாக்கி இருப்பேன்."

" சாகற வரை எனக்குள்ள இருப்பான்னு நினைக்கிறேன் அனு. உன்கிட்ட இதை சொல்றது தப்பு தான். மறக்க முயற்சி பண்றேன் அனுமா. எனக்கு உன்னை பிடிக்-கும் மா, சூது வாது தெரியாத பொண்ணு நீ, மனசை திறந்து நீ கொடுத்த அன்பும் அக்கறையும் தான் நான் என்னை மறந்து சிரிக்க காரணம். கடவுள் ஒரு கதவை மூடி இன்னொரு கதவை திறந்து இருக்கான். உன் காதல் என்னை மாத்தும். நான் நம்புறேன் எல்லாம் சரியாகும். "

" சரியாகாம போனாலும் எனக்கு வருத்தம் இல்ல சத்யா. அன்பு உன்னோட முதல் காதலா இருக்கலாம். ஆனா உன்னோட முடிவு நான் தான். உனக்காக நான் எப்பவும் இருப்பேன் பேபி.. " அனு அவனின் கன்னம் வருடிவிட்டு அழுந்த இதழ் பதிக்க, சத்யா அவளை பார்த்து புன்னகைத்து இருந்தான்.

" சரி வா கீழ போலாம். ஒரு காஃபி வேணும் எனக்கு, தலை வலிக்குது ஹனி பன் எனக்கு.. "

" எனக்கு தான்.. ஒரே எமோஷனல் ஓவர் புளோ.. " அனு சொல்லி விட்டு எழ இருவரும் மாடியை விட்டு கீழே சென்றனர்.

அனு சமையல் அறைக்குள் செல்ல, சத்யாவும் பின்னே வந்து சமையல் மேடையில் அமர்ந்து கொண்டான். அனு காஃபி போட,

" பசிக்குது அனு.. "

" அச்சோ தங்கம்.. வீட்டுல என்ன இருக்குன்னு தெரியல.. நூடுல்ஸ் இருந்தா செஞ்சு தரவா? "

" நூடுல்ஸ் வேண்டாம்.. முட்டை இருக்கா? இருந்தா ஒரு ஆம்லெட் போடு பார்ப்போம். "

" கல்யாணம் இல்ல சுவீட்டி.. முட்டை இருக்காது. எதாவது ஆர்டர் பண்ணலாமா? " அனு கேட்கவும்,

" பாஸ்தா? " ஹரிஷ் கேட்க,

" இன்னும் தூங்கல நீ? "

" அக்கா.. எனக்கு வேலையே இப்போ தான் முடிஞ்சுது. பசிக்குது என்ன இருக்குன்னு பார்க்க வந்தேன். ஸ்வீட்ஸ் எல்லா பக்கமும் இருக்கு, இந்நேரம் இனிப்பு சாப்பிட முடியுமா? "

" ப்ரைட் சிக்கன் சாப்பிட போறோம். காஃபி வேண்டாம் அம்முகுட்டி."

" சத்யா.. அப்பாக்கு தெரிஞ்சா திட்டுவார்.. "

" எனக்கு பசிக்குது. உங்க அப்பா கேட்டா உங்க மாப்பிள்ளை தான் கேட்டாருன்னு சொல்லு. என்கிட்ட கேட்க மாட்டார்."

" ஓ.. மாப்பிள்ளை கெத்து காட்டுறீங்களா? "

" ஆமா மோதிரம் போட்டா தான் தலைக்கு எண்ணெய் வெச்சுப்பேன் சொல்ற மாதிரி. சிக்கன் தான் வேணும், மாட்டேன் சொன்னா தினம் அதேதான் வேணும். எப்படி வசதி? "

" மோதிரம் கூட போட்டுருலாம் உன் அமேசான் காட்டுக்கு எண்ணெய் வைக்க நான் எங்க போவேன்? அம்புட்டு கோடீஸ்வரி இல்லடா நானு.. "

" வேண்டாம்.. என் முடியை பத்தி பேசாத கப் கேக், என்னையே கிண்டல் பண்ற இல்ல? அடுத்த ஜென்மத்தில முடி இல்லாத மொட்டை மண்டை உனக்கு புருஷனா வர போறான். "

" ச்ச.. முடி இல்லாட்டியும் போகுது, அடுத்த ஜென்மத்திலாவது மூளை உள்ள புருஷன் கிடைச்சா போதும்."

" மாமா.. அக்கா ஃபார்ம் ஆகிட்டா, விட மாட்டா, நீங்க வரீங்களா கடைக்கு போய்ட்டு வரலாம். "

" நீயா? நீ ஒன்னும் பைக் எடுக்க வேண்டாம் இப்போ.. நான் போய்ட்டு வரேன் சாவியை கொடு. "

" சத்யா.. உனக்கு பைக் ஓட்ட தெரியுமா? "

" அடி பிளும் கேக் என்ன கேட்ட? வரியா என்னோட தெரியுமா? தெரியாதன்னு காட்டுறேன். " சத்யா புன்னகையுடன் கேட்க, அனு முகத்தில் மகிழ்வும் ஏன் என்றே அறியாமல் நாணமும் வர, ஹரிஷ் இருவரையும் சுவாரஸ்யமாக பார்த்து ரசித்து கொண்டு இருந்தான்.

20

சத்யா பைக்கை எடுக்க, அவன் பின்னே அனு அமர, ஹரீஷ் இருவருக்கும் கையசைத்து வழியனுப்பி இருந்தான். அவனின் தோள்களை பற்றி இருந்தவளின் முகத்தில் அளவில்லாத மகிழ்ச்சி.

" அட.. அட.. முகத்துல என்ன ஒரு அழகான சிரிப்பு என் பொம்முகுட்டிக்கு? "

" அதெல்லாம் உனக்கு சொன்னா புரியாது போடா.. எதிர்பார்க்கவே இல்ல டார்லி இதை.. எவ்ளோ அழுதனோ அதை விட இப்போ சந்தோசமா இருக்கேன். உனக்கு எப்படி இருக்கு சத்யா? "

" லைசென்ஸ் இல்லடி செல்லம்.. மாட்டாம பத்திரமா வீடு போய் சேரனும் வேண்டிட்டு, சொல்ல தெரியாத ஒரு விதமான உணர்வில் வண்டி ஓட்டிட்டு இருக்கேன்."

அதன்பின் அனு பேசவில்லை. நடு இரவு, அமைதியான புறநகர் சாலையில், தன்னவனோடு பிறந்த ஊரில் உரிமையாய், அவளின் கைகள் தோள்களை விட்டு அவனை கட்டிக்கொண்டது. மெல்ல அவனின் தோள்களில் தலையை வைத்து கண் மூடி கொண்டாள். அவளின் மூச்சுக்காற்று அவனின் செவியை தொட, சத்யா வண்டியை சட்டென பிரேக் போட்டு நிறுத்தி இருந்தான். அனு கண் விழித்து பார்க்க, சத்யா அவளின் கைகளை எடுத்து விட,

" சாரி சத்யா.. "

" எதுக்கு? உனக்கு எல்லா உரிமையும் இருக்குடி மீனுகுட்டி. இந்த நெருக்கம், தொடுகை எனக்கு புதுசு அதான் கூச்சமா இருக்கு. " சத்யா தயங்கி தயங்கி அவளுக்கு சமாதானம் சொல்ல,

" புரியுது தங்கபுள்ள.. வண்டியை எடு. "

இருவரும் உணவை வாங்கி வரும் வரை ஹரீஷ் அப்புவை பார்த்துக் கொண்டான். மாடியில் மூவரும் ஒன்றாக அமர்ந்து உண்ண ஆரம்பிக்க, சத்யா மச்சானின் காதல் கதையை கூற சொல்ல, ஹரீஷ் சொல்ல அவனை கிண்டல் செய்து கொண்டு இருந்தான். அனு கப்பில் குளிர்பானம் ஊற்றி இருவருக்கும் கொடுக்க, அனு சீர்ஸ் சொல்ல,

" இது வெறும் கூல் ட்ரிங்க்ஸ் தான் எதுக்கு? " சத்யா கேட்க,

" சரக்காடிக்கிற ஞாபகம்.. " அனு சிரிப்புடன் கூற,

" அக்கா குடிப்பியா நீ? "

" அய்யோ.. அப்பாக்கு சொல்லிடாதா ஹரீஷ்.. கொன்னு போட்டுருவாரு.. " அனு பதற, சத்யா வாய்விட்டு சிரிக்க, அவனை அடித்து இருந்தாள்.

" எருமை இவன் முன்னாடி என் வாயை புடுங்கி, கோர்த்து விட்ட இல்ல.. " சத்யா அடியை வாங்கிக்கொண்டே,

" உங்க அக்கா ராவா அடிப்பா ஹரீஷ்.. அதும் விஸ்கியை பார்த்தா, தண்ணி தொட்டி தேடி வந்த கன்னுகுட்டி நான் சொல்லிட்டு உங்க அக்கா பாய்ஞ்சு இருப்பா " சத்யா சொல்லி விட்டு சிரிக்க,

" மாமா.. எங்க அக்கா கூட நீங்களும் தானே இதில் கூட்டு? "

" கண்டிப்பா, அவளோட கூட்டு, குழம்பு எல்லாம் நான் தான்.. அடேய்.. பார்த்துட்டே இருக்கிற, காப்பாத்து டா.. என் முதுகுல துணி துவைக்க ட்ரெயினிங் எடுக்குறா பாரு உங்க அக்கா.. உன் மாமா பாவம்டா.. "

" நீ வாயை மூடு.. எருமை அவனுக்கு கதை கதையா சொல்ற இல்ல.. உன்னை கொல்ல போறேன் பாரு.. " அனு இன்னும் அடிக்க, ஹரீஷ் அவளை எழுப்பி விட நிமிர்ந்து அமர்ந்தவன், ஹரீஷை பக்கம் அழைத்தான்.

" உனக்கு ஒரு வீடியோ காட்டுறேன் வா.. " சத்யா அழைக்க,

" சத்யா.. நான் உன் அம்முகுட்டி தானே? நான் பாவம் இல்ல.. "

" கிரீஸ் டப்பாவை எப்படி உதைச்ச? கொஞ்ச நேரம் முன்னாடி என்னை எப்படி அடிச்ச? நீயும் வா சிரிப்போம்."

" என்ன வீடியோ மாமா இது? "

" உனக்கு சென்ட் பண்ணி விடுறேன் ஹரீஷ்.. உனக்கு மனசு கஷ்டமா இருந்தா இதை பாரு.. கண்ணீர் வர சிரிக்கலாம். "

சத்யா வீடியோவை ஓட விட, அனு முழு போதையில் யாருடனோ பேசிக்கொண்டு இருந்தாள். அவள் அருகில் இருந்தவன் சஞ்சய் அவனுக்கும் முழு போதை. இவள் பேச பேசவே சஞ்சய் எழுந்து சென்று இருக்க, ஒரு கொரியனோ, ஜப்பானியனோ வந்து அமர்ந்தான் அவனுக்கும் முழு போதை, சஞ்சய் என நினைத்து, அனு அவனோடு பேச, அவனும் அனுவின் பேச்சை கேட்டு தலை அசைக்க, சத்யாவின் சிரிப்பில் கேமரா குலுங்கியது. அனு என்ன பேசினால் என்று அவனுக்கும் தெரியாது. அவன் என்ன பதில் கூறுகிறான் என இவளுக்கும் புரியாது. ஆனால் நீண்ட நேரம் பேசினார்கள் என இருவரும் சத்யாவின் சிரிப்பு வீடியோவில் பெரிதாய் கேட்டது இப்பொழுது, அனு கண்ணீருடன் எதையோ சொல்லிக்கொண்டு இருக்க,

" இப்போ தான் முக்கிய கட்டம்.. " சத்யா சொல்லவும் அனு அவனை அடிக்க வர, கையை பிடித்து அமுக்கி அருகில் அமர வைத்தான். ஹரிஷ் புன்னகையுடன் பார்க்க,

வீடியோவில் அனுவின் அருகில் இருந்தவன் கண்ணீர் விட்டு அழ ஆரம்பித்திருந்தான். அதை கண்டதும் ஹரீஷ் வாய்விட்டு சிரிக்க, சத்யாவும் சிரித்து இருந்தான். அனு ஒருபக்கம் அழ, அவனோ அவளின் கை பிடித்து அழ, சத்யா மொபைலை வைத்து விட்டு சிரிக்க, திரை கருப்பாக மாறி இருந்தது.

" அப்பா.. அன்னிக்கி என்ன சிரிப்பு தெரியுமா எனக்கு? வயிறு வலிக்க சிரிச்சேன். உங்க அக்கா.. போட்ட மொக்கையில பாஷை புரியாத அவனே கதறி அழறான் பாரு.. அப்ப எப்படி ரம்பம் போட்டு இருப்பா? " சத்யா சொல்லவும் ஹரீஷ் இன்னும் சிரிக்க,

" அன்னிக்கு சஞ்சய், நான் ரெண்டு பேரும் எஸ்கேப் ஆகிட்டோம்.. பாவம் அந்த சப்ப மூக்கன் அவனுக்கு போதையே இறங்கியிருக்கும். உங்க அக்கா போதை-யில போடுற கச்சேரியை நீ பார்க்கனுமே.. இழு இழுன்னு இழுத்து பேசி எதிருல இருக்கிறவனை குடிக்கவும் விட மாட்டா, போதை ஏறவும் விட மாட்டா.." ஹரீஷ் போதும் என்று கூறி சிரித்து ஓய்ந்து சத்யா மடியில் விழுந்து இருந்தான். அனு முகம் திருப்பி கொள்ள, சத்யா சிரிக்கவும் அவளுக்கும் சிரிப்பு வந்தது.

மணி இரவு மூன்றை தொட, மூவரும் எழுந்து உறங்க சென்றனர். அனு முகத்தை திருப்பி கொண்டே அழைய, சத்யா முகத்தில் புன்னகை,

" அச்சோ என் மொசக்குட்டிக்கு இன்னும் கோவமா? உன் தம்பி தானே? எப்படி சிரிச்சான் பார்த்த தானே? அக்கா தம்பிக்கு நடுவில் என்ன ஒளிவு மறைவு? என்-ஜாய் பண்ணு டா.. ஊருக்கு போய் சிரிக்க எதாவது நல்ல நினைவு வேணும் இல்ல. "

" என் தம்பியை சிரிக்க வெச்சுதுக்காக மன்னிக்கறேன் போ.. "

பத்து நாட்கள் கடந்திருந்தது.. ஹரீஷின் கல்யாண வேலைகளை சத்யாவும் அனு-வும் பார்த்துக்கொள்ள, ஜெயமோகன் உண்மையில் மகிழ்ந்து நெகிழ்ந்து போய் இருந்தார். சத்யா அவரை அமர வைத்து விட்டு பொறுப்புகளை எடுத்துக் கொண்டான். இன்னொரு மகனாக நின்றவனை கண்டு பெற்றவர்கள் மகிழ்ந்து போய் இருந்தனர். பத்திரிக்கை வைப்பதை மட்டுமே தம்பதிகள் செய்தனர். ஹரிஷ் அப்புவுடன் நெருங்கி இருந்தான்.

சத்யா வீட்டை போல இங்கே கேட்டது உடனே கிடைக்காது தான், பஞ்சு மெத்-தையும் பால் சோறும் இல்லை தான். ஆனால் அப்பு அன்பில் மூழ்கி போனான். தமிழ் பேச ஆரம்பித்து இருந்தான். அப்பு சத்யாவை அப்பா என்று அழைத்த போது மகிழ்வும், அதே சமயத்தில் சஞ்சய் முகமும் வந்து சென்றது. மீமீ மறைந்து அம்மாவாகி இருந்தாள் அனு ஹாசினி.

ஆங்கிலம் தெரியாத பாட்டியும், கோர்வையாக ஆங்கிலம் பேச தெரியாத தாத்-தாவும் அவனின் செல்லங்களாகி போய் இருந்தார்கள் தினமும் முத்திரை வைத்து அவர்களை அவன் வசம் இழுத்து கொண்டான். சத்யாவுக்கு அடுத்து அவன் அதிகம் நெருங்கிய ஆண் என்றால் அது ஹரீஷ் தான். சத்யாவுக்கு குடும்பம்

கிடைத்த மகிழ்வு ஒருபுறம் என்றாலும், இன்னொரு பக்கம் ஏக்கமும் இருந்தது.

அன்று சத்யாவின் அலைபேசிக்கு நந்தாவின் அழைப்பு வந்தது. எடுத்தவன் மனம் இறுகி அமர்ந்து இருந்தான். பின் அனுவை அறைக்குள் அழைத்து வந்தவன்,

" அப்பாக்கு என்னை பத்தி எல்லாமே தெரிஞ்சுடுச்சு அனு, என்னை பார்க்கனும் கூப்பிட்டு இருக்கார். எனக்கு அவரை போய் பார்க்கிறது பிரச்சனை இல்ல. உன்னையும் அப்புவையும் கூப்பிட்டு போக தான் பயமா இருக்கு. "

" அப்போ அப்புவை இங்க விட்டு போவோம்.."

" நீ வர வேண்டாம் அனு.. அறிவு அத்தை இருந்தா சொல்லவே வேண்டாம் நரம்பில்லாத நாக்கு என்ன வேணாலும் பேசும், அசிங்கத்தை தெரிஞ்சே அள்ளிப் பூசிக்க வேண்டாம். "

" சத்யா.. உங்க அம்மாக்கு அந்த குடும்பம் முக்கியம் அதனால எல்லாத்தையும் உங்க பார்த்துப்பார் சொல்லிட்டு அமைதியா விட்டு கொடுத்தாங்க. நமக்கு அந்த குடும்பமே வேண்டாம் சத்யா. அவங்க அப்புவை எதாவது சொல்லிட்டா என்னால மட்டும் இல்ல உன்னாலையும் தாங்க முடியாது. தேவையே இல்லாத குடும்பம் என்னை என்ன பேசினாலும் எனக்கு கவலை இல்ல."

" சரி ஹரீஷ்கிட்ட விட்டு போவோம். நான் அப்புகிட்ட சொல்லிட்டு, மாமாகிட்டயும், ஹரீஷ்கிட்டயும் சொல்லிட்டு வரேன். நீ அத்தைகிட்ட சொல்லிட்டு வா அனு. அப்புவை கொஞ்சம் கவனமா பார்த்துக்க சொல்லி கேட்டுக்க டா "

சத்யா விஷயத்தை மாமனாரிடம் கூற,

" நானும் உங்களோட வரேன். ஹரி கல்யாணத்துக்கு அழைப்பு கொடுத்துட்டு வரலாம். "

" இல்ல மாமா. வேண்டாம்.. பிளீஸ்.."

" இல்ல அது வந்து.. "

" இல்ல இந்த முறை வேண்டாமே, இன்னொரு முறை நானே அறிமுகம் பண்-

றேன் மாமா.. "

" சரி நீங்க பத்திரமா போய்ட்டு வாங்க. "

சத்யா சரியென கூறிவிட்டு, ஹரீஷ் அறைக்கு வந்தவன் விவரத்தை கூறி அப்புவை பத்திரமாக பார்த்துக் கொள்ள சொல்லி கூறினான்.

" அப்பு என் பொறுப்பு மாமா கவலை இல்லாம போய்ட்டு வாங்க."

" கவலை இல்ல.. இதுவரை அவன் எங்களை பிரிஞ்சு நாலு நாள் எல்லாம் இருந்ததே இல்ல. அதான் யோசனை.. "

" புரியுது மா. என் மருமகன் என் பொறுப்பு. " ஹரிஷ் சத்யா கை பிடித்து சொல்ல, அடுத்து மகனை பார்த்தான். அதற்குள் அனுவும் அங்கு வர இருவரும் அவனிடம் எடுத்து சொல்ல, சத்யாவை விட மாட்டேன் என அழ ஆரம்பித்து இருந்தான்.

" அப்பு குட் பாய் தானே? மாமா உன் கூடவே இருக்கேன். நம்ம பீச் போலாம் தினமும், நீயும் நானும் வீடு கட்டலாம், விளையாடலாம், அப்பாவும் அம்மாவும் போய்ட்டு வர வரை மாமா இருப்பேன். " ஹரீஷ் எடுத்து கூற, மீண்டும் அப்பனை பார்த்து உதடு பிதுக்கி அழ, சத்யா மகனை அள்ளி முத்தம் வைத்தான்.

" நம்ம கூப்பிட்டு போவோம் அனு. என்னால இவனை விட்டு போகவே முடியாது. போனாலும் எனக்கு நிம்மதி இருக்காது, வேலையும் நடக்காது. " சத்யா கூறவும், ஹரியும் அனுவும் சரியென கூறி இருந்தனர்.

மகனை மார்பில் போட்டு கொண்டவன் அவனுக்கு சமாதானம் சொல்ல, அப்பு அவனின் நெஞ்சில் படுத்துக் கொள்ள, தலை வருடி கொடுத்தான். பின் அடுத்த நாள் மூவரும் கிளம்ப விமான பயணச்சீட்டு பதிவு செய்து இருந்தான்.

ஹரீஷ் மூவரையும் விமானம் ஏற்றி விட வந்தவன் அப்புவை முத்ததில் குளிப்பாட்டி விடை கொடுத்தான். மூவரும் கோவை வந்து சேர, அவர்களை அழைத்து செல்ல வாஞ்சி வந்து இருந்தான்.

" ஏன் அண்ணா நீ கல்யாணம் பண்ணி சந்தோசமா இருக்கேன் நினைச்சேன்.

இப்படி ஒரு வாழ்க்கை எதுக்குன்னா? "

" வாஞ்சி.. காருக்குள்ள போய் பேசலாம். வா.. "

" ஏன் அனு அக்கா.. நீங்களும் எங்களை இப்படி ஏமாத்தி இருக்க வேண்டாம். "

" வாஞ்சி அனுவை இன்னும் ஒரு வார்த்தை பேசினாலும் இடம் பொருள் பார்க்-காம அடிச்சுருவேன்." சத்யா மிரட்ட, நால்வரும் காருக்கு சென்று இருந்தனர்.

" வீட்டுல எல்லாருக்கும் வருத்தம். கோகிலா மா சிவா மாமாவைவும், ஜோதி அத்தையையும் வெளுத்து வாங்கி விட்டாங்க. சிவா மாமா அறிவு அத்தையை வீட்டை விட்டு போக சொல்லிட்டார். யாரும் நிம்மதியா இல்ல.. "

" அதுக்கு உங்க சத்யா அண்ணன் தான் பொறுப்பா இப்போ? சொல்லுங்க வாஞ்சி? இவர் கல்யாணம் பண்ணிட்டா பிரச்சனை முடிஞ்சுது இல்ல? " அனு கேட்கவும், சத்யா அவளை தடுக்க,

" என்னை இன்னிக்கி எதுக்கு நீ தடுக்க கூடாது சத்யா. எல்லாத்துக்கும் ஒரு எல்லை இருக்கு, இன்னிக்கி முடிவா பேசிட தான் நான் உன் கூடவே வந்து இருக்கேன். இல்ல பேச வேண்டாம் சொன்னா, இப்படியே என்னை விட்டு போ, இனி நமக்குள்ள பேச்சே கிடையாது. "

" ஏய் பாப்பு.. இவன் ஏதோ ஆதங்கத்தில் பேசுறான். இவனை போய் ஏன் பேசற? விடு மா.. "

அதன்பின் அந்த பயணம் அமைதியாக சென்றது. வீட்டின் முன் கார் நிற்கவும், நால்வரும் வீட்டின் உள்ளே வர, சிவா சத்யாவை கண்டதும் ஏதோ பேச வர,

" அப்புவை ரூமில் படுக்க வெச்சுட்டு வரேன். எனக்கு கொஞ்சம் ஃப்ரெஷ் ஆகனும்.. பேசலாம்.. பேச தான் நானும் வந்து இருக்கேன். "

21

சத்யா அறைக்குள் செல்ல அனுவும் அவன் பின்னே செல்ல,

" அனு நில்லு.. அவன் பின்னாடி எங்க போற, போதும் உங்க டிராமா கீழ கெஸ்ட் ரூம் இருக்கு அங்க போய் ரெஸ்ட் எடு. " கோகிலா கோவமாக கூற,

அனு நின்று அவரை நிதானமாக பார்த்தவள், கழுத்தில் கிடக்கும் தாலியை கையில் எடுத்து காட்டி,

" சத்யா கட்டினது.. இப்ப போலாமா இல்ல "

" உண்மையாவா? " கோகிலா கேட்க,

" நீரூபிக்கனுமா? "

" போதும் அனு நாங்க யாரும் நிம்மதியா இல்ல. "

" நிம்மதியா இருக்க உங்களுக்கு எல்லாம் தகுதியே இல்ல. "

" அனு.. நீ போ.. ரூம் உள்ள போ.. எனக்கு என் மகன்கிட்ட நிறைய கேள்வி கேட்கனும். நீ போ மா.. " சிவ பிரகாஷ் கூறவும்,

அனு சத்யாவின் அறைக்குள் செல்ல இருவருக்கும் பால் கொடுத்து விட்டு இருந்-தார் ஜோதி. இருவரும் குளித்து, பாலை குடித்து விட்டு கீழே வர,

" கேளுங்க மாமா என்ன கேட்கனும் சத்யாகிட்ட? "

" அனு.. நான் அவன்கிட்ட பேசிக்கிறேன். " சிவா கூற,

" எல்லாரும் இங்க தானே இருக்காங்க? எங்க அறிவு சித்தியை காணோம் அவங்களையும் கூப்பிடுங்க." அனு கூறவும் அறிவு அறை விட்டு வெளியே வந்-தார்.

" அனு, நாங்க சத்யா கூட பேசனும். நீ உக்காரு.. " ஜோதி கூற,

" சத்யா பதில் சொல்ல மாட்டான். நான் தான் பேசுவேன், பதில் சொல்வேன். நீங்க கேட்கலாம்.. "

" அப்ப டிடெக்டிவ் சொன்னது எல்லாம் உண்மையா? " சிவா கேட்க,

" ஆமா உண்மை தான். சத்யாக்கு ரெண்டு வாரம் முன்னாடி வர கல்யாணமாகல, நான் அவன் பொண்டாட்டி இல்ல. ஆனா அப்பு சத்யா மகன் தான். சத்யா தான் அவனுக்கு லீகள் ஃபாதர். நாங்க இங்க இருந்து போன அடுத்த நாளே கோவையில எங்க அத்தை முன்னாடி கல்யாணம் பண்ணிக்கிட்டோம். "

" ஏன் சத்யா இத்தனை நாளும் கல்யாணம் பண்ணிக்காம இருந்த? எங்ககிட்ட ஏன் நடிச்ச? " கோகிலா சத்யாவின் முகம் ஏந்தி கேட்க,

" விஜய் உங்களுக்கு கல்யாணமாகி எவ்ளோ நாள் ஆகுது? "

" நாலு வருஷம் " விஜய் கூற,

" சூப்பர்.. சூர்யா உனக்கு எத்தனை வருஷம் ஆகுது? "

" ரெண்டு அரை வருஷம்.. "

" அன்புக்கு ரெண்டு வருஷம், ஹரிக்கு ஒன்றை வருஷம் சரியா? " அனு கேட்-கவும் சூர்யா சரியென தலையாட்ட, ஜோதியை நோக்கி நகர்ந்தவள்,

" இந்த வீட்டுக்கு மூத்த வாரிசு யாரு? "

" சத்யா.. "

" விஜய் விட ஒரு வாரம் பெரியவன் சரியா? "

" ஆமா.. "

" அப்ப விஜய் கல்யாணத்துக்கு முன்னாடி சத்யாவுக்கு ஏன் கல்யாணம் பண்ணி வைக்கல? " அனு கேட்க, ஜோதி பதில் பேசாது கணவனை பார்க்க,

" அவன் எங்களை விட்டு ஒதுங்கி இருந்தான். "

" அவன் ஒதுங்கி தான் இருப்பான். ஒதுங்கி போக தானே உங்க தங்கச்சி பேசினாங்க? மொத்தமா ஒதுங்கி போகனும்னு அவனை அனாதையாக்கி நாட்டை விட்டே துரத்தி விட்டா அவன் ஒதுங்கி தான் போவான். அவன் தான் சின்னவன் ஒதுங்கி போனான். நீங்க பெரியவங்க தானே அவனை தேடி வந்து இருக்கலாமே? ஏன் வரல? ஏன் சமாதானம் செய்யல? ஏன் கல்யாணம் பண்ணி வைக்கல? "

" அனு உனக்கு தெரியாது. அய்யா எத்தனை முறை சதயாக்கு மன்னிப்பு கேட்டு மெயில் அனுப்பினாருன்னு? சத்யா தான் பதில் அனுப்பவே இல்ல.." நந்தா கோவமாக கூற,

" எனக்கு புரியல. பெத்த பையன் கோவமா இருக்கும் போது மெயில் மட்டும் தான் போடுவாங்களா? அது போட்டா உங்க கடமை முடிஞ்சுது இல்ல? கோடீஸ்வர சிவபிரகாஷ் லண்டன் வர மாட்டாரா? அவரோட மூத்த வாரிசை பார்க்க? பெத்த பையன் மேல அவ்ளோ கோவமா? இல்ல தங்கச்சி மேல அத்தனை பாசமா? "

" தப்பு எல்லாமே எங்களோடது மட்டும் தான் சொல்றியா அனு? " ஜோதி கேட்க, அனு காளியாய் மாறி இருந்தாள்.

" இல்லை, அப்படி சொல்லவே மாட்டேன். தப்பு எல்லாம் என் மாமியார் மேல, தாலி கட்டின நிமிஷமே ஜோதி அம்மாவை வீட்டை விட்டு துரத்தி விடாம விட்டது தப்பு. சத்யா பிறந்த அப்புறம் ஜோதி அம்மா கூட எதுக்கு தன் புருஷன் வாழனும் யோசிக்காம படுக்கையை விட்டுக் கொடுத்தது தப்பு. ஜோதி அம்மாவை தன் உடன்பிறப்பா நினைச்சு அவங்களுக்கு விரதமிருந்து, மருத்துவம் பார்க்க கூப்பிட்டு போனது பெரிய தப்பு. அறிவு சித்தியும் அவர் புருஷனும் இவங்களையும் சத்யாவையும் ஒதுக்கி வைக்க நினைச்ச அப்போ, குடும்பத்தை பிரிச்சு, தொழிலை

பிரிக்காம விட்டது தப்பு. தாலி இழந்து புருஷன் இல்லாம பிள்ளைகளோட பிறந்த வீட்டுக்கு வந்த நாத்தனாரை வீட்டில் வைக்க வேண்டாம் ஜோதி அம்மா சொல்லியும், அதை கேட்காம புருஷன் கூட சண்டை போட்டு அவங்களை இங்க தங்க விட்டது தப்பு. எல்லாரையும் ஒரே போல அன்பா பார்த்தது தப்பு, அக்கறை வெச்சது தப்பு, நம்பினது பெரிய தப்பு. இப்படி தப்பு மேல தப்பா சுந்தரி அத்தை பண்ணாம இருந்து இருக்கலாம். இல்ல.. "

" சூர்யாவும் விஜய்யும் தான் இந்தியா டவர்ஸ் முழுசா ஆள போறாங்க சொல்லி அவங்க படிக்க நிறைய உதவி செய்யாம, கட்டிடம் கட்ட படிக்க போகாம இருந்து இருக்கலாம். மொத்த அதிகாரமும் அவனோடதா மாத்தி இருக்கலாம். அண்ணா இருந்ததே தப்பு தான் இவன் தம்பி தங்கைக்கு அப்பாவா இல்லாம இருந்து இருக்கலாம். என் குடும்பம்னு பெருமையும் பாசமும் வைக்காம இருந்து இருக்கலாம். அம்மா ஒழுக்கத்தை கேள்விக்குறியாக்கின அத்தையை அடிக்காம இருந்து இருக்கலாம். நானா இருந்தா கொன்னுட்டு தான் பேசி இருப்பேன்.. தப்பு தான்.. சூர்யா பேசினதை பெருசா எடுக்காம அமைதியா இருந்த பெரியம்மா, அப்பா கூட சண்டை போட்டு இருக்கலாம்.. அதுக்கு அப்புறமாவது அம்மாவோட இழப்புக்கு உங்களை பழி வாங்கி இருக்கலாம். எதும் செய்யல பாருங்க இந்த அறிவு கெட்டவன் தப்பு தான்.. எல்லாமே இவன் தப்பு தான். "

" நீ சொல்றது எல்லாம் சரி தான். ஆனா அறிவு எல்லாத்தையும் என் மேல உள்ள அன்பில் தான் செய்தா, அவ சுந்தரி மேல இத்தனை வன்மம் வெச்சு இருந்தான்னு அந்த பிரச்சனையில் தான் எங்களுக்கே தெரியும். அதுக்கு அப்புறம் அறிவு இங்க இல்ல. தொழிலை பார்க்க மும்பை போய்ட்டா.. " ஜோதி கூற,

" சரி.. புரியுது. அறிவு சித்தி எனக்கு சத்யா மேல நிறைய பாசம் அவனுக்காக செத்து போ சொன்னா கூட செய்வேன். அவன் மேல உள்ள பாசத்துல உங்களை ஒரு கேள்வி கேக்கட்டுமா? புருஷன் கூட சந்தோசமா இருந்த என் அத்தையை ஒழுக்கம் இல்லாதவங்கன்னு சொன்னீங்களே, புருஷன் இல்லாம நீங்க இத்தனை வருஷமா எப்படி ஒழுக்கமா இருக்கீங்க? நீங்க ஒழுக்கமா தான் வாழ்றீங்கன்னு நீரூபிக்க சாட்சி இருக்கா? " அனு கேட்ட கேள்விக்கு விஜய் அவளை அடிக்க முன்னே வர,

" உன் விரல் என் மேல பட்டா கூட உண்மையாவே உன் அம்மா ஒழுக்கம் இல்லாதவங்க தான்.. " அனு சூடாய் சொன்ன வார்த்தையில் விஜய் அப்படியே நின்று இருந்தான்.

" உன் அம்மாவை வலிக்குது இல்ல? சுந்தரி அம்மா உனக்கு அம்மா இல்லையா அப்போ? அவங்க கையில தானே சோறு வாங்கி சாப்பிட்ட? உன் அம்மாவை விட நல்லா பார்த்த மனுஷியை அசிங்கமா பேசின அப்ப எங்க போச்சு உன் கோவம்? அவங்களுக்கு வராதா கோவம் உன்னை பெத்தவளுக்கு மட்டும் வந்தா அது முறை இல்லையே? ஆறு பேருக்கும் அவங்க தானே அம்மா? நன்றி கெட்ட ஜென்மம் நீங்க எல்லாம்.. ஆற மாடிங்குது எனக்கு.. என் சத்யாவை முழுசா உடைச்சு போட்ட உங்களை எல்லாம் கொன்னு போட்டாலும் என் ஆத்திரம் தீராது.. "

" என்னவோ சொன்னீங்க பாசத்துல பேசிட்டா, பாசத்துல செஞ்சுட்டா.. நானும் சத்யா மேல, அத்தை மேல உள்ள பாசத்தில் தான் பேசினேன். உங்க மருமகன் ஒரு வயசு பொண்ணை அடிக்க வரான் ஒருத்தரும் நகரமா நிக்கறீங்க? பாசத்துல தான் இங்க என்ன வேணாலும் செய்யலாமே? பாசம் இருந்தா போதும் தப்பும் சரி தான் இல்ல? "

" சரி அறிவு பண்ண தப்புக்காக இன்னும் எத்தனை நாளுக்கு இவன் எங்களை வேண்டாம் ஒதுங்கி இருக்க போறான். எல்லாத்தையும் மறந்து மன்னிச்சிடு சத்யா.. " கோகிலா கெஞ்ச,

" எங்களுக்கு யாரும் வேண்டாம் கோகிமா.. நான் வந்தது என் அப்பா முகம் பார்க்க, பேசாத அவரோட ஒரு முறை பேச, முக்கியமா என் அம்மா கூட நான் கடைசியா இருந்த கோவை வீட்டை எனக்கே எழுதி கொடுங்கன்னு கேட்க, வேற எதுவும் எனக்கு வேண்டாம். இந்த குடும்பம், சொத்து, தொழில், அம்மா, அப்பா, தம்பி, தங்கை ஒருத்தரும் வேண்டாம் எனக்கு, எல்லாரும் வேணும் நினைச்ச சத்யா இல்ல நான். அந்த சத்யா செத்து எட்டு வருஷம் ஆகுது. " சத்யா சொன்ன வார்த்தையில் அனைவரும் அமைதியாக,

" நான் சொன்னேன் இல்ல இவன் ஒட்ட மாட்டான். " ஜோதி கூறவும்,

" ஒட்ட மாட்டேன்.. எனக்கு யாரும் வேண்டாம்.. உங்களுக்கு நான் எதுக்கு? இந்த சத்யா யாருக்கு என்ன செய்வான்? என்ன லாபம்? கோவக்காரன். இவனை கூப்பிட்டா உங்க சபைக்கு கேவலம் அதானே ஒருத்தர் கல்யாணத்துக்கும் எனக்கு அழைப்பு தரல. யாருக்கு வேணும் நான்? என் தம்பி, என் தங்கச்சி என்னை மறக்க மாட்டாங்க கண்டிப்பா கூப்பிடுங்கவாங்கன்னு பைத்தியம் மாதிரி காத்து

இருந்தேன். ஒருத்தருக்கும் நான் வேணும் தோணல தானே? இப்போ நான் எதுக்கு? நான் இங்க இருந்தா மட்டும் இழந்த நாட்கள் திரும்பி வருமா? எனக்கு வேற எதும் வேண்டாம். எனக்கு என் அம்மா வேணும்.. "

" அவங்க கையால ஒரு வாய் சாப்பிட்டு, அவங்க மடியில தூங்கனும். என்கிட்ட சொல்லாம ஏன் மா போனன்னு கேக்கனும், நீ இல்லாம அனாதையா இருக்-கேன் மா சொல்லனும். என்னை உன்கூட கூப்பிட்டு போன்னு வேண்டுகோள் வைக்கனும். எனக்கு என் அம்மா வேணும். நெஞ்சு எல்லாம் அழுத்த அழுத்த இந்த குடும்பம் முக்கியம், புருஷன் முக்கியம், பிள்ளைங்க முக்கியம் சொல்லி, விட்டு கொடுத்து, உணர்வை அடக்கி அடக்கி அந்த இதயம் துடிக்க முடியாம செத்து போக போறோம் உணர்ந்து, என்னை சரி பண்ணிட்டு உயிர் விட்டாங்க. சாகும் போது எத்தனை கஷ்டம் அவங்களுக்கு? பெத்த பையன் காதுல கேட்க கூடாத வார்த்தையை பெத்த பையனை விட பாசம் வெச்ச இன்னொரு மகன் பேசி கேட்டு, அவங்க ஒழுக்கத்தை ஏலம் போட்டு.. என் அம்மா உத்தமி. உங்க யாரையும் நம்பாம என்னை லண்டன் போ போன்னு துரத்தி விட்டாங்க. அவங்-களுக்கு தெரியும் இனி இது ஒட்டாதுன்னு.. ஆமா இது ஒட்டாது. மொத்தமா நொறுங்கி போய்டுச்சு. " சத்யா முகம் மூடி அழுது இருக்க, சூர்யா அவனின் காலில் விழுந்து இருந்தான்.

" அத்தை பேச்சை கேட்டது தப்பு தான். புத்தி இல்லாம அம்மாவை பேசினது பெரிய பாவம் தான். அதுக்காக எங்களை விட்டு போறேன் சொல்லாத அண்ணா.. என்னை கொன்னு வேணாலும் போடு.. இந்த முடிவு வேண்டாம். " சூர்யா கெஞ்ச, அவனை விட்டு பின்னே சென்றவன்,

" உன் பாவத்தை என் தலையில் வைக்காத, என்ன பாவம் பண்ணேன் தெரியாம தான் நாயா திரியுறேன். புதுசா உன்னோடதை கையேந்த விடாத.. எனக்கு உன் மேல கோவமோ வருத்தமோ இல்ல. யார்கிட்டேயும் எனக்கு கோவம் வருத்-தம் இல்ல. அறிவு அத்தையை கூட நான் காயப்படுத்த விரும்பல. அனு என் மேல உள்ள பாசத்தில் பேசினா அன்னிக்கு நீங்க பேசின மாதிரி.. ரொம்ப தப்பா பேசிட்டா மன்னிச்சிடுங்க. " சத்யா அறிவின் காலில் விழுந்து எழ சிலையாக நின்று இருந்தார்.

" எங்க அம்மாக்கு உங்களை எல்லாம் ரொம்ப பிடிக்கும். முக்கியமா உங்களை இன்னும் அதிகமா பிடிக்கும் புருஷன் இல்லாம போனாலும் தனியா அண்ணா இடத்தில் நின்னு தொழிலும் பார்த்து பிள்ளைங்கள வளர்க்கிற தைரியம் எனக்கு

இல்ல டா.. அறிவு பொண்ணு இல்ல சாமின்னு சொன்னாங்க ஒரு முறை. விஜய், அன்பு ரெண்டு பேரையும் என்னிக்கும் கலங்க விட கூடாதுன்னு சொன்னாங்க. அதான் என்னையே அன்பு வேண்டாம் சொல்லி அழவும் விட்டேன். அன்னிக்கு என்னால என்னை அடக்க முடியல அதான்.. ஆனா அதுக்கு அப்புறம் அம்மா நிறைய சொன்னாங்க.. எனக்கு உங்க எல்லார் மேல உள்ள கோபமும் வெறுப்பும் எப்பவோ போய்டுச்சு. எங்க அம்மா யாரையும் நான் வெறுக்க கூடாதுன்னு தான் ஆசைப்பட்டாங்க. உங்களோட இப்ப இங்க இருந்தா நான் கண்டிப்பா செத்து-ருவேன். எங்கையோ அடி மனசுல உங்க ஒதுக்கம் இன்னும் ரணமா இருக்கு. என்னை விடுங்க இந்த பெரிய பூமியில எங்கயாவது ஒரு பக்கம் வாழ்ந்துட்டு போறேன்.. " சத்யா பேசிவிட்டு அறையை நோக்கி சென்று இருக்க, அனு அன்று சத்யா மாடியில் பேசியதை போட்டு காட்டினாள்.

22

அனு போட்ட ஆடியோவை கேட்டவர்கள் அமைதியாய் இருக்க,

" இதான் உங்க மேல பாசம் வெச்சு இருந்தவனுக்கு நீங்க கொடுத்த பரிசு. நீங்க தான் மாமா இதுக்கு காரணம். நீங்களே ஜோதி அம்மாவை ஹாஸ்பிடல் கூப்பிட்டு போய் இருந்தா, சரியான முறையில் சிகிச்சை கொடுத்து இருந்தா சுந்தரி அத்தை உங்க வாழ்க்கையில் வந்து இருக்கவே மாட்டாங்க. சரி, அவங்க உங்க வாழ்க்கையில் வந்தாச்சு பிள்ளைங்க பிறந்ததும் தொழிலில் கவனத்தை திருப்பிட்டீங்க. ரெண்டு மனைவியும் எந்த குறையும் இல்லாம இருக்காங்களான்னு பார்க்கவே இல்ல. ஒருத்தரை ஒருத்தர் பார்த்துப்பாங்கன்னு விட்டீங்க."

" தங்கச்சி மேல உள்ள பாசமும் தொழிலில் அவங்க உதவியும் முக்கியமாக போக உங்க மனைவிங்களோட உணர்வு என்னன்னு தெரியலை உங்களுக்கு, சரி பிள்ளைகளுக்கு ஒற்றுமையை சொல்லி வளர்த்தீங்களா? அதும் இல்ல. பிரச்சனை நடந்த அப்பவே என் பொண்டாட்டியை பேசின இங்க இருக்க கூடாதுன்னு சொல்லி இருந்தா அறிவு சித்தி கொஞ்சம் தெளிய வாய்ப்பு இருந்து இருக்கும். அதையும் செய்யல. அப்போ சொத்தை பிரிக்க உங்களால் முடியாது, ஏன்னா அறிவு இல்லாம தொழில் இல்ல அந்த பயம்.. உங்க சுயநலம் உங்க மனைவி உயிரை குடிச்சுருச்சு. இதோ அம்மா வேணும் சத்யா கதறுறான் பாருங்க. சூர்யா சுந்தரி அம்மா காலில், சத்யா காலில் அன்னிக்கே விழுந்து இருக்கலாம். நீங்க செய்ய சொல்லல ஏன்? "

" உங்க மகன் தானே அவனை சரி பண்ணி இருக்கலாம் தானே? அவனை உன் அன்பில் சரி செய்து இருக்கலாம். ஆனா உங்களுக்கு நேரம் இல்ல. தங்கச்சிக்கு அவனை பிடிக்காது அவன் வந்தா உங்க தங்கை முகம் மாறும், அதுனால அவனை பத்தி யோசிக்க கூட இல்ல சரியா? அப்பா கூப்பிட்டாரு போனும் சொன்னான். அப்பா எப்ப கூப்பிடுவார், எப்ப பேசுவாருன்னு ஏங்கி இருக்கான். "

" ஏன் ஜோதி மா, சுந்தரி அத்தை மேல கசப்பு இருந்தது தானே? அவங்க கைக்கு சாவி போன நாளில் இருந்தே சரியா? நீங்க ஒன்னா இருந்தும் இல்லை தானே? இல்லன்னா அறிவு சித்தி பேசினது தப்புன்னு அவங்களை நீங்களே அடிச்சு இருப்பீங்க, அவங்க பேசினது தப்புன்னு எல்லாருக்கும் சொல்லி இருப்பீங்க, குழந்தை பிறந்ததும் சுந்தரி அத்தை தேவை இல்லாத ஆணி தானே உங்களுக்கு? அதான் உங்க மகனை மன்னிப்பு கேட்க சொல்லல நீங்க, அறிவு சித்தியை விட நீங்க தான் விஷம். சுந்தரி அத்தையை எதும் பேசாம வாய் மூடி இருந்தே கொன்னு போட்டீங்க. இல்லன்னு சொல்லாதீங்க. ஏன்னா சத்யாகிட்ட எட்டு வருஷம் முன்னாடி மன்னிப்பு கேட்டது நீங்க தான். ஏன்னா அது உங்க குற்ற உணர்ச்சி. அதனால் தான் சத்யா மேல குறை பாசம் உங்களுக்கு, இப்போ அவன் ஓட்டனும் நீங்க கேட்க காரணம் உங்க எல்லாரோட குற்ற உணர்வுக்கும் பரிகாரமா தானே தவிர, வேற எதுக்கும் இல்ல. "

" அப்புறம் நீங்க நாலு பேரும் என்ன ஜென்மம் தெரியல.. சுந்தரி அம்மாவை பேசினது தப்புன்னு தெரியல இல்ல.. அறிவு சித்தி அவங்க பிள்ளைங்களுக்கு தான் அம்மா. ஜோதி அம்மா அவங்க பசங்களுக்கு தான் அம்மா. ஆனா சுந்தரி அத்தை? அவங்களை பேசினா உங்களுக்கு தானே இரத்தம் கொதிக்கனும்? உங்க அம்மாவை பேசினா தப்பு, அடிக்க வருவீங்க. அவன் அம்மாவை எல்லாரும் பேசலாம் சத்யா மட்டும் அமைதியா இருக்கனும் இல்ல? உங்க அம்மா வயசுக்கும் அறிவுக்கும் தகுந்த பேச்சா பேசினாங்க? சொந்த அண்ணன் அண்ணியோட அந்தரங்கத்தை சபையில் பேச வெச்சு இருக்காங்க. அதும் வயசுக்கு சின்னவங்க முன்னாடி இது என்ன பாராட்டு விழா எடுக்கற விஷயமா? அடி வாங்கியும் உங்க அம்மா உயிர் போகல, வார்த்தையை கூட காதில் கேட்காத சுந்தரி அத்தை உயிரோட கூட இல்ல. சத்யா என்ன செய்யனும் இதுக்கு உங்க அம்மாவை கொன்னு போடலாம் தானே? உன் பிரென்ட் யா அவன் உன் மேல நம்பிக்கை இருக்குன்னு காட்டினா பாரு அவனை துரோகி சொன்ன இல்ல நீ? "

" அத்தை சொன்னா, அப்படி எல்லாம் எதும் இல்லன்னு நீ சொல்லனும். உனக்கு ஒன்னும் அஞ்சு வயசு இல்ல அப்போ? ஒரு நிர்வாகத்தை கையில எடுக்குற வயசில் அறிவே இல்லாம பேசின உன்னை என்ன செய்யலாம்? நன்றி இருக்கா உனக்கு? அன்பு பாசம் இதெல்லாம் என்னன்னு தெரியுமா உனக்கு? இன்னும் உனக்கு குழந்தை இல்லன்னு கோவில் போய் அர்ச்சனை பண்ணிட்டு வந்து பிரசாதம் கொடுத்தான் பாரு அங்க இருக்கு."

" அப்புறம் நீங்க ரெண்டு பேரும்.. அண்ணனை தேடவே இல்ல? அவனுக்காக பேசனும், அவனோட பேசனும், அவனை தேடனும், நம்ம கல்யாணத்துக்கு கூப்-பிடனும் இப்படி எதும் இல்லை இல்ல? ஆனா பாசம் மட்டும் இருக்கு அப்படி தானே? தப்பு செஞ்சதை விட அதை செய்யும் போது தடுக்காதவன் தான் பெரிய குற்றவாளி. உங்களுக்கு பதினெட்டு வயசு தாண்டிடுச்சு தானே அப்போ? குழந்தை இல்லையே நீங்க? பேசி இருக்கலாம் தானே? "

" அப்புறம் இதோ அன்பு மேடம். அறிவே இல்லாத உங்க அம்மாக்கு பெயர் அறிவுமதி. அன்பே இல்லாத உனக்கு அண்புச்செல்வி. உன் அம்மாக்கு சத்யாவை பிடிக்காது தெரிஞ்சதும் அவன் வேண்டாம். அது வரைக்கும் அவன் உன் பாது-காப்பு இல்ல? என் அத்தை, என் ப்ரெண்ட் அம்மா, என் வருங்கால மாமியார் இப்படி எதும் யோசிக்காம ஒருத்தன் அடிக்க துணிச்சு இருக்கான்னா அவனை எவ்ளோ கோவப்படுத்தி இருக்கும் உங்க அம்மாவோட வார்த்தை. உன்னை காயப்படுத்த கூடாதுன்னு அவன் அம்மா சொன்னதுக்காக உன்னையே விட்டுக் கொடுத்தான் இல்ல? அவன் காதல் உனக்கு புரியல இல்ல? "

" யார்கிட்டயும் பேசாதவன் ரெண்டு வருஷம் முன்னாடி உன்னை கூப்பிட்டான் தானே? கெஞ்சினான் தானே? இதுக்கும் அவனுக்கு தெரியும் அவன் அம்மாவை கொன்னதே உங்க அம்மா தான்னு, உங்க அம்மாக்கு அவனை பிடிக்கவே பிடிக்-காதுன்னு, மறுபடியும் பிரச்சனை வரும்னு, விஜய் கூட சண்டை போடணும், வீட்டுல எல்லாருக்கும் பதில் சொல்லனும் தெரியும் அவனுக்கு இருந்தும் வா அன்புன்னு கூப்பிட்டான் தானே? என் மனசு முழுக்க அவன் தான் இருக்கான். என் காதலை அவனால உணரவே முடியல. இயல்பான ஆண் நான் இல்லன்னு சொல்றான். எனக்கு உணர்ச்சி வரல மறத்து போய்ட்டேன் அழறான். நீ கொடுத்த அன்பு அவனை ஜடமா மாத்திருச்சு. அப்படி கல்யாணம் பண்ணுவான் அவன்? "

" போதும் போதும் நீங்க எல்லாம் கொடுத்த அன்பும் பாசமும் போதும். எங்களுக்கு கோயம்புத்தூர் வீடு வேணும். நாங்க இங்க இருந்து நாளைக்கு கிளம்பிடுவோம். அதுக்குள்ள சத்யா பெயருக்கு அந்த வீட்டை எழுதி கொடுங்க. இதோ சத்யா எழுதின பத்திரம். கோவை வீட்டை தவிர அவன் பெயரில் எந்த சொத்தை எழு-தினாலும் அது சூர்யா, ஹரி, வித்யா மூணு பேருக்கும் சமபங்கா பிரிச்சு கொடுக்க சொல்லி எழுதி இருக்கான். "

" கடைசியாக.. சத்யாக்கு இருதயத்தில் வலி இருக்கு. அதிகம் அழுத்தம் அவன் இதயத்தை பலகீனமாக்கி இருக்கு. இது அதுக்கான மெடிக்கல் காபி.

அவனுக்கு அழுத்தம் தர, இதயத்தை பாதிக்கிற எதையும் யோசிக்க கூட கூடா-துன்னு சொல்லி இருக்காங்க. எங்களை விட்டுருங்க.. எனக்கு சத்யா கூட வாழ ஆசையா இருக்கு.. உங்க சுயநலத்துக்காக, குற்ற உணர்வுக்காக, நான் தாலி அறுக்க தயாரா இல்ல. " அனுவும் அறைக்குள் சென்று இருக்க, அனைவரும் தளர்ந்து அமர்ந்து இருந்தனர்.

" அவனை போக விடுங்க.. அவன் போகட்டும்.. சரியாகிடும் இருந்தேனே? நெஞ்சு வலி வர அளவுக்கு அதும் இந்த சின்ன வயசுல.. வேண்டாம்.. வீட்டை எழுதி கொடுங்க அவன் போகட்டும். உங்க முகத்தை பார்க்கவே வேண்டாம். " கோகிலா சிவா காலில் விழ, சிவா எழுந்து அறைக்குள் சென்று இருந்தார்.

அடுத்த நாள் காலையில் நந்தா பத்திரம் தயார் செய்து இருக்க, சத்யாவை அழைத்தனர். நேற்றில் இருந்து அறையை விட்டு வெளியே வராத வியாஷ் இன்று கீழே வர சிவாவை கண்டதும் கையை நீட்டி தூக்க சொன்னான். அவன் இதழ்கள் அவரின் கன்னத்தில் முத்தம் பதிக்க, சிவா உடைந்து அழுது இருந்-தார். என்ன தோன்றியதோ அவனுக்கு அறிவு மதியின் கன்னத்தில் முத்தம் வைத்து இருந்தான். அவர் கண்ணீர் தேங்கிய கண்ணுடன் அவனை பார்த்தவர் சாக்லேட் ஒன்றை எடுத்துக் கொடுக்க, சட்டென வாங்கி கொண்டான். சத்யா முதல் கொண்டு அனைவரும் வியந்து நின்று இருக்க, ஜீஷ்ணு கையில் அதை கொடுத்து இருந்தான்.

சிவா பத்திரத்தில் கையெழுத்து போட்டு சத்யா பக்கம் நகர்த்த, அதை படித்து பார்த்தவன் அவனும் கையெழுத்து போட்டு கொடுக்க, வாசலில் வந்து நின்றான் அவன். சுந்தரின் அண்ணன் மகன் ஷ்யாம் சுந்தர். சிவா அவனை வரவேற்க, சத்யாவின் முன் வந்து நின்றவன் ஒரு சிறு பையை தர அதில் இருந்து பணத்தை எடுத்து வைத்தான். ஷ்யாம் ஒரு பத்திரத்தை தர அதை வாங்கி படித்து பார்த்த-வன் கையெழுத்து போட்டு சிவா கையில் கொடுக்க,

" என்ன சத்யா இது? பணம் எல்லாம் வேண்டாம் டா.. அப்பா செஞ்சது தப்பு தான்.. விலகி போறது போதாதா? இதுவும் செய்யனுமா? "

" உங்ககிட்ட இருந்து எதையும் உரிமையா வாங்குற இடத்தில் நான் இல்ல. இதான் சரி. பணத்தை எடுத்துட்டு வீட்டை எனக்கு வித்துட்டேன் எழுதி கொடுங்க. என் மாமனார் தான் இனி அந்த வீட்டை பார்த்துக்க போறார். யாரை-யும் அந்த வீட்டுக்குள்ள விட நான் தயாரா இல்ல.. அதுக்கு அது என் வீடா

இருக்கணும்.."

சிவா கையெழுத்து போட்டு தரவும், அனு கிளம்பி வரவும் சரியாய் இருந்தது. ஷ்யாம் சத்யாவின் பைகளை எடுத்துக்கொள்ள, சத்யா பத்திரத்தை எடுத்துக் கொண்டவன். அனைவருக்கும் ஒரு வணக்கம் வைத்து விடைப் பெற்று கொண்டான். ஜீஷ்ணு அப்பு வேண்டும் என்று அழவும், அப்பு சத்யாவை பார்க்க, சத்யா மகனை அனுவிடம் கொடுத்து காருக்குள் அமர சொன்னான். ஜிஷ்ணுவை கையில் தூக்கியவன் அவன் கன்னத்தில் முத்தம் வைத்து வித்யா கையில் தர வாங்கிக் கொண்டாள். மகனை அவள் கண்ணீருடன் சமாதானம் செய்ய, அறிவை நோக்கி வந்தவன்.

" வித்யா குழந்தை வேணும் ஜிஷ்ணுவை தத்து எடுத்து இருக்கா, நாளைக்கு உங்க மகனுக்கு குழந்தை பிறக்கும் அப்போ அவன் தான் வாரிசு, சொந்தம் சொல்லி ஜிஷ்ணுவை இன்னொரு சத்யாவா மாத்திறாதீங்க. ஒதுக்கம் எவ்வளவு பெரிய வலின்னு உங்களுக்கு தெரியாது.. அப்புவை உங்களை விட்டு ஒதுக்கி வைக்க காரணமே இதான். அவனா இந்த வீட்டை தேர்ந்து எடுக்கல, அவனை தத்து எடுத்தது உங்க மகனும், மருமகளும் தான். அவன் பாவம்.. ம்ம்.. கோகிமா எல்லாரையும் பார்த்துக்கோங்க.. நான் கிளம்புறேன்." அறிவிடம் தொடங்கி கோகிலாவிடம் முடித்தவன் கிளம்பி இருந்தான்.

ஷ்யாம் அவர்களின் இல்லம் அழைத்து சென்று இருக்க அன்று ஒரு நாள் அங்கே தங்கி கொண்டனர். தங்கை மகனை கண்ட சுந்தரமூர்த்தி சத்யாவை வரவேற்று நிறைய பேசி இருந்தார். சுந்தரின் பெயரில் நடக்கும் பால் நுகர்பொருள் ஆலையை பொறுப்பு எடுத்துக்கொள்ள சொல்ல, சத்யா ஷ்யாமை பார்த்தான்.

" சத்யா எனக்கு தனியா பிசினஸ் இருக்கு டா.. இந்த ஃபேக்டரியை மூடினா ஆயிரக்கணக்கான பேருக்கு வேலை போகும். அதுக்காக மட்டுமே ஃபேக்டரி நடக்குது. அதே நேரம் தொழில் நல்ல லாபம். உனக்கு தனி அடையாளமா மாறிடும். இங்கேயே இரு டா.. "

" உங்களுக்கு துணைக்கு என் மச்சான் வருவான்.. கவலையை விடுங்க. " சத்யா கூறவும் அனு சத்யாவை பார்க்க, அவனோ அவளின் கண்ணில் தேங்கி நிற்கும் கேள்விக்கு, கண் மூடி தலையசைத்து ஆம் என்று கூறினான். இரு நாட்கள் அங்கே தங்கியவர்கள் ஹரீஷ் தொழிலை பொறுப்பு எடுத்துக்கொள்ள வேண்டிய பத்திரத்தை தயார் செய்து ஹரீஷ், ஜெயமோகன் இருவரையும் பொள்ளாச்சி வர

செய்து, தெளிவாக பேசி சம்மதிக்க வாங்கி இருந்தனர்.

" இது எனக்கு பெரிய பொறுப்பு மாமா.. "

" என்னால இங்க இருக்க முடியாது ஹரீஷ். என் அம்மா இந்த பால் பண்ணையை, தொழிலை விரும்பி தொடங்கின நேரம் தான் அவங்களுக்கு கல்யாணம் ஆச்சு.. அப்போ இருந்து வேலை செய்யுற குடும்பத்தை யோசிச்சு மூடமா இருக்காங்க. கோடி கோடியா லாபம் வந்தாலும் அதை நான் எடுத்தது ரொம்ப குறைவு. தொழில் தான் போட்டு இருந்தோம். இனி அந்த லாபத்தை கவனிக்க வேண்டியது உன் பொறுப்பு. ஷ்யாம் உனக்கு துணையா இருப்பார். பொள்ளாச்சி வந்துரு.. இல்ல நம்ம கோவை வீட்டில் வந்து தங்கிருங்க.. என் இடத்தில் இருந்து இதை பார்க்க எனக்கு நீ தான்டா இருக்க.. பிளீஸ் எதையும் சொல்லிட்டு இருக்காத.."

" சரி மாமா.. உங்க நம்பிக்கையை நான் காப்பத்துவேன். "

ஷ்யாம் வீட்டில் இருந்து கிளம்பி சென்னை வந்து இருந்தனர். ஹரீஷ் கல்யாணத்தில் ஆசை ஆசையாய் வேலை பார்த்தான் சத்யா. அவன் ஏக்கம் தீரட்டும் என்று அனு எதையும் தடுக்கவில்லை. ஷ்யாம் ஹரீஷ் திருமணத்துக்கு குடும்பத்துடன் வந்து கலந்து கொண்டான். சிவாவும், ஜோதியும் கூட வந்து இருந்தனர். திருமணம் விருந்து விசேஷம் என்று சென்று வந்து, பொள்ளாச்சியில் இருக்கும் அவனின் தொழிலில் ஹரீஷை அமர்த்திவிட்டு, ஷ்யாம் வீட்டில் ஒரு வாரத்தை செலவு செய்து, லண்டன் கிளம்பி இருந்தனர்.

அப்புவை கண்ணீருடன் வழியனுப்பி வைத்தான் ஹரீஷ். மாமனுக்கு முத்தமழை பொழிந்து விடை கொடுத்தான் வியாஷ். சத்யா இருவரையும் பார்த்து சிரிக்க, தன்னுயிர் துணையோடு லண்டன் பறந்திருந்தான் சத்யா.

23

நான்கு வருடம் கழித்து,

சத்யா குப்புற படுத்து உறங்கிக் கொண்டு இருக்க, அவனின் மேல் நிதின் படுத்து இருக்க, அப்பனின் வலது கையை கட்டிக்கொண்டு அதில் தலை வைத்து வியாஷ் உறங்க, விஷால் ஒரு ஓரமாக படுத்து இருந்தான். அனு நிதினை தூக்கி விஷால் பக்கத்தில் படுக்க வைக்க, வியாஷ் கண் விழித்து எழுந்து அமர, சத்யா திரும்பி படுத்தான். அப்பு எழுந்து குளியல் அறைக்குள் செல்ல,

" செல்லக்குட்டி மணி என்ன தெரியுமா? "

" ம்ம்.. " சத்யா முனங்க,

" டேய்.. குட்டி பையா.. என்னை பாரேன்.. "

" போடி.. " சத்யா போர்வையை தலையோடு போர்த்த, சத்யாவை முறைத்தவள், மெல்ல விஷால் பாதங்களை கூச்சமூட்ட சிணுங்கி அழ தொடங்கி இருந்தான். அவன் அழவும் நிதின் சிணுங்க, அனு சிரிப்புடன் எழுந்து சென்று இருந்தாள். விஷாலின் குரல் பெரிதாக நிதின் தூக்கம் கலைந்து அழ ஆரம்பிக்க, கச்சேரி தொடங்கி இருந்தது. சத்யா அடித்து பிடித்து எழுந்தவன், மகனையும் மருமகனை-யும் சமாதானம் செய்து இருந்தான். சத்யா இரண்டு கையிலும் இருவரையும் தூக்-கிக் கொண்டு அறையை விட்டு வெளியே வர அனு சிரிப்புடன் ஹாலில் அமர்ந்து இருந்தாள்.

" குட் மார்னிங் ஹன்ட்சம்.. "

" வேண்டாம்டி குல்பி.. கடிச்சுருவேன் ஓடிடு.."

" இன்னிக்கி ரொம்ப முக்கியமான நாள் சத்யா.. உன் கனவு நினைவாக போற நாள். நான் எவ்ளோ சந்தோசமா இருக்கேன் தெரியுமா? "

" அதான் ராத்திரி முழுக்க தூங்க விடலையே செர்ரி.."

" ச்சீ.. லூசு.. அப்பு வரான்.. " அனு அறைக்குள் ஓடி போக, தகப்பனின் கையில் இருக்கும் இருவரையும் பார்த்து அப்பு சிரித்துக் கொண்டான்.

" பாபா.. ஹரீஷ் மாமா எங்க? "

" உங்க மாமா கடைக்கு போய் இருக்கான்.." அனு சொல்ல சொல்லவே ஹரீஷ் வந்து இருந்தான். ஹரீஷ் கையில் நிறைய பைகளுடன் உள்ளே வர தேவிகா அவனோடு உடன் வந்தவள் சத்யா கையில் இருந்த மகனை வாங்க வர,

" சாரி அண்ணா.. இம்சை பண்ணிட்டானா? "

" இல்ல மா.. உன் அண்ணி தான் தூங்குறவனை எழுப்பி விட்டா வேற ஒன்னும் இல்ல. நீ ஹேன்ட் வாஷ் பண்ணிட்டு வந்து வாங்கு இவனை.. போ.. " கைகழுவி வந்தவள் மகனை தூக்கிக்கொண்டு போய் அவர்கள் அறையில் போட்டு வந்து நிதினை தூக்க, உறக்கம் கலைந்து அழ ஆரம்பித்து இருந்தான். சத்யா சட்டென மகனை சமாதானம் செய்ய அப்பனின் தோள்களில் அடைக்கலமாகி இருந்தான்.

" இவங்களுக்கு அப்பா இருந்தா போதும். நம்ம யாரும் வேண்டாம்.. " அனு கிண்டலாக கூற,

" அப்புக்கு மாமாவும் வேணும் " வியாஷ் கூற ஹரீஷ் அவனை அள்ளி அணைத்து முத்தம் வைத்தான்.

பின் மெல்ல தொடங்கிய அந்த நாளின் இனிமை மாலையில் பேரின்பமாக மாறி இருந்தது. சத்யபிரகாஷ் பெயரை சொன்னதும் அரங்கம் அதிர கைதட்டல்கள் எழ, சத்யா மேடை ஏற, அனு இங்கே அழ ஆரம்பித்து இருந்தாள். உலக கட்டிட கலையின் மாநாட்டில் பதினாறு பிரிவுகளில் அவனின் வடிவமைப்பு ஒன்பது பிரிவுகளில் தேர்வாகி வெற்றி பெற்று இருந்தது. கை நிறைய விருதுகள் உடன் நின்றவனை அனு பெருமையாக பார்த்திருக்க, அதே விழாவில் சத்யாவின் கட்-

டிட கலைகள் பற்றிய தொகுப்பும், புகைப்படமும், அவன் வடிவமைத்த வீடுகளும் அதன் விவரங்களும் அடங்கிய புத்தகத்தை வெளியிட்டு இருந்தனர். சத்யாவின் ஆள் உயர புகைப்படத்துடன் முன் அட்டை வடிவமைத்து இருக்க, அந்த பெரிய திரையில் அவனின் புத்தகம் பார்வைக்கு வரவும் மீண்டும் கைதட்டல் எழுந்து அடங்க, சத்யாவை பேச அழைத்து இருந்தனர். சத்யா புன்னகை முகத்துடன் பேச தொடங்க, அனு நான்கு வருடம் நினைவில் பின்னே சென்று இருந்தாள்.

லண்டன் வந்து சில நாட்கள் சத்யா தனியாய் வசித்து, பின் முறைப்படி அனுவை திருமணம் செய்து அதை பதிவு செய்து கொண்டான். உடன் வேலைப்பார்க்கும் நண்பர்களுக்கு விருந்து கொடுத்து, இருவரின் காதலை உலக அறிய கூறி இருந்தான்.

ஒரே வீட்டில் வசிக்க தொடங்கிய ஆரம்பத்தில் நிறைய தடுமாறி, பின் இருவரும் திட்டமிட்டு வேலையை பகிர்ந்து கொண்டனர். நண்பனாய் இருந்தவன் அவளின் காதலை உணர தொடங்கி இருந்தான். அவனை மருத்துவரிடம் அழைத்துச் சென்றாள். அவர் சொன்னது போல பணி சுமையை குறைத்தாள். அப்புவை அவள் பொறுப்பில் எடுத்து கொண்டாள், அவனை உடற்பயிற்சி செய்ய அனுப்பி வைத்து, அழுத்தங்களை குறைத்தால், வீடு, மனைவி, மகன், வேலை, இந்தியாவில் இருக்கும் அவளின் தொழில் என அவனின் எண்ணங்களை வேறு எங்கும் செல்ல விடாது அழகாய் கையாண்டாள். சத்யா மாறி இருந்தான். ஹரீஷ், அப்பு இருவருடன் இணைந்து அவனின் பழைய துறுதுறுப்பு வரவும் அனு பட்டாம்பூச்சி போல அவனை சுத்தவும், காதலை உணர தொடங்கி இருந்தான்.

அவனின் செல்ல சீண்டல்கள் ஒரு நாள் இருவரின் இடையில் உள்ள இடைவெளியை குறைத்து இணைத்து வைத்தது. காதலில் கரைந்து, உயிரால் கலந்து, உடலால் சோர்ந்து, மனம் மகிழ்ந்து இருவரும் ஒன்றாகி இருந்தனர். ஹரீஷ் தகப்பனாக இந்தியா சென்று ஒரு மாதத்தை இனிதாய் கழித்து வந்தனர். எதிர்பாரா விதமாக ஹோட்டலில் ஆகாஷ் அன்பு இருவரையும் கண்டு பார்க்காதது போல கடந்து செல்வது நாகரிகம் இல்லை என அனுவும் சத்யாவும் நலம் விசாரிக்க, அன்பு வீட்டில் யாருக்கும் குழந்தை பேறு கிடைக்கவில்லை என்று கூறி அழுதாள்.

ஆம், ஒருவருக்கும் கிடைக்கவில்லை. கோடி கோடியாய் பணம் இருந்தும் பிள்ளை பெற்றுக் கொள்ள தகுதி இல்லாது போய் இருந்தனர். ஜிஷ்ணு மட்டுமே வீட்டில் ஆறுதல் என்று அன்பு அழ, சத்யா அங்கிருந்து எழுந்து காருக்குள்

சென்று அமர்ந்து கொண்டான். ஆனால் அனுவுக்கு அதில் எந்த வருத்தமும் இல்லை. அன்பை கண்டு பரிதாபமும் வரவில்லை.

" உங்க அம்மா என் குடும்பம், என் பணம், முறையான வாரிசு எவ்ளோ பேசி- னாங்க.. பாரு அதை ஆளவும், அனுபவிக்கவும் தொட்டில் ஆடவே இல்ல. தாயையும் பிள்ளையையும் ஒதுக்கி, அவங்களை பிரிச்ச பாவம் சும்மா விடுமா? சொல்ல கூடாது தான்.. ஒதுக்கி ஒதுக்கி வெச்சாங்க இல்ல? அனுபவிக்கட்டும் சாகும் போது அந்த பணத்தையும், குடும்ப கௌரவத்தை எடுத்துட்டு போக சொல்லு.. வம்சமே தலைக்காம மொத்தமா போய்டுச்சு பாரு.." அனு வெறுப்பாக சொல்லிவிட்டு அவளை கடந்து வந்து இருந்தாள். அதன் பின் இந்தியா செல்- லவே இல்லை. அனு உண்டானாள், ஒன்பது மாதமும் அப்புவும், சத்யாவும் அவளை தாயாய் தாங்கிக் கொண்டனர். அப்போது தான் அனு அவனின் டிசைன் அனைத்தையும் புத்தகமாக போடலாம் என்று கூறினால், அப்போது இருந்து இரு வருடம் உழைத்து, அதன் புகைப்படங்கள் சேகரித்து, விளக்கத்துடன் புத்தகத்தை தயார் செய்து இருந்தனர் இருவரும்.

அனு சத்யாவின் உதிரத்தில் பூத்த மலராக, அவர்களின் அன்பின் அடையாளமாக பிறந்தான் நிதின். நிதின் சத்யா. அப்புவின் அப்பு அவன் தான். அப்புவை அண்- ணானாக மாற்றியவன். நிதின் பிறந்த செய்தி அறிந்து சிவா பார்க்க வர, அனு மறுக்க, சத்யா தயங்கி நிற்க, ஜெயமோகன் தான் அவரை பார்க்க அழைத்து சென்றார். பேரனின் காலை பிடித்து தகப்பன் மன்னிப்பு கேட்டு அழ, சத்யாவும் கலங்கி போய் இருந்தான். அன்றில் இருந்து அலைபேசியில் ஜெயமோகன் ஹரீ- ஷிடம் நிதின் பற்றி விவரங்களை கேட்டுக் கொண்டார் சிவபிரகாஷ். சத்யாவின் வாழ்வு சீராகி இருந்தது. அனுவை உயிராக தாங்கிக் கொண்டான். இப்போது வேலையுடன் அவளின் ஆராய்ச்சி படிப்புக்கு உதவிக் கொண்டு இருக்கிறான்.

அன்று விழா முடியவும், ஜெயமோகன் அழைத்து வாழ்த்து கூறி இருந்தார். ஷ்யாம் விரைவில் நேரில் வந்து பார்ப்பதாக கூறி இருந்தான். இல்லம் வந்தவர்கள் ஒன்றாய் சமைத்து முடிக்க, அனு சத்யாவின் காலரை பிடித்து இழுத்து காது கடித்தாள். சத்யா வேண்டாம் என்று மறுக்க, ஹரீஷ் காட்டி எதோ சொன்னவள் மீண்டும் அவனிடம் கெஞ்ச,

" அக்கா குடிக்க போறியா? " ஹரீஷ் கேட்கவும், அனு பல்லை காட்டி சிரிக்க,

" ஒரு நாள் மாமாக்கு தெரிய போகுது அப்போ இருக்கு அண்ணி உங்களுக்கு..

"

" நீயே சொல்லிடேன்.. என்ன? "

" அய்யோ அண்ணி நான் உங்க நல்லதுக்கு சொல்றேன். "

" அப்படியே என் பசங்களையும் கூப்பிட்டு உன் ரூமுக்கு போய் நல்லதை எல்லாம் சொல்லி தருவியாம். நாங்க சரக்கு அடிப்போமாம்.. " அனு கவுண்டர் கொடுக்க,

" என்ன ஒரு திட்டம் அடுத்த முறை வரும் போது அப்பாவை கூப்பிட்டு வரேன் பாரு.. " ஹரீஷ் மிரட்டினான்.

" எதுக்கு என் பசங்களை பார்த்துக்கவா? " அனு மீண்டும் கிண்டல் செய்ய,

" பார்த்துக்கோ ஹரீஷ் கொஞ்ச நேரத்தில் வந்து கூப்பிட்டு போறேன். "

நிதினுக்கு உணவை கொடுத்து விட்டு, சத்யா உடன் அவர்களின் அறைக்குள் சென்றவள் புன்னகையுடன் அனைத்தையும் எடுத்து வைக்க,

" ஏன் சக்கரக்கட்டி அவ்ளோ சந்தோசமா உனக்கு? "

" இன்னிக்கி குடிச்சுட்டு உன்னை முத்தத்தில் குளிக்க வைக்க போறேன். உனக்கு அதுல தெரியும் என் சந்தோசம் எவ்வளவுன்னு.. "

" ஐயோ குல்பி.. எனக்கு இதெல்லாம் முன்னாடியே தெரியாம போச்சே.. எந்த முன் ஏற்படும், முன்னெச்சரிக்கையும் செய்யலையே.. "

" நமக்கு இன்னிக்கி எதும் வேண்டாம் பேபி.. " அனு கண் அடித்து கூற,

" இல்லடி செல்லம்.. அன்னிக்கி நீ கத்துன கத்துல எனக்கு உண்மையாவே நெஞ்சு வலி வந்துருச்சு. என்னால உன்னை அப்படி பார்க்க முடியாது. நமக்கு ரெண்டு போதும். இரு.. பத்து நிமிஷத்தில வரேன். பிளானை மாத்திறாத தெய்வமே.. " சத்யா சொல்லிவிட்டு அறையை விட்டு வெளியே வந்து கார் சாவியை எடுக்க, ஹரீஷ் அவனை கேள்வியாக பார்க்க, சத்யா அசடாய் சிரிக்க, புரிந்து கொண்டவன் அவன் கடைக்கு சென்று திரும்பி வரும் போது உணவை முடித்து

மனைவி பிள்ளைகள் உடன் மாடிக்கு சென்று இருந்தான்.

சத்யா இரவின் இனிமைகளை கற்பனை செய்து கொண்டு வர, அனு ஹாஷினி போதையில் தவழ ஆரம்பித்து இருந்தாள்.

" அடியே குடிகார குரங்கு.. கவுத்துட்டியா? "

" எதை தங்கம்? "

" என் பிளான்னு, விஸ்கி பாட்டில் ரெண்டையும் தான்.. "

" சத்யா.. மை ஸ்வீட்.. பேபி.. கம் ஆன்.. இங்க வா டா.. " சத்யா அவள் அருகில் அமர,

" இன்னிக்கி எவ்ளோ பேர் கை தட்டினாங்க பார்த்தியா? "

" பார்த்தேன்.. பார்த்தேன்.. "

" எல்லாமே என் செல்லக்குட்டிக்கு தான்.. என் புருஷன்.. மை லவ்.. எனக்கு உன்னை எவ்ளோ பிடிக்கும் தெரியுமா.. " அனு இழுத்து இழுத்து பேச, சத்யா தட்டில் இருந்த உணவை உண்டிருந்தான். அவளுக்கும் உணவை கொடுத்து அறையை சுத்தம் செய்தவன், அவள் அருகில் படுக்க, இன்னும் அந்த விழா-வையும் அதில் கை தட்டியதையும் பற்றி அனு பேச,

" அடியே.. போதும் சொல்லிட்டேன். தேய்ஞ்ச ரெகார்ட் மாதிரி பேசாத.. நீ குடிச்சு பிளானை கெடுத்த பாரு அதை கூட மன்னிச்சு விட்டுருவேன். அதுக்கு முன்னாடி ஒரு வசனம் பேசினியே.. முத்தத்தில் குளிக்க வைக்கிறேன்னு அதை மன்னிக்கவே மாட்டான். "

" பேபி.. எவ்ளோ பெரிய பெரிய ஆளுங்க முன்னாடி.. நீ.. " அனு மீண்டும் தொடங்க.. சத்யா அவளின் முதுகை வருடிக் கொடுக்க உறங்கி இருந்தாள். உறங்கிய அவளின் நெற்றியில் முத்தம் வைத்தவன், அவளின் அருகில் படுத்து உறக்கத்தை தழுவி கொண்டான் நிம்மதியாய்.. நிறைவாய்...

நிறைந்தது.

அன்பு அனைத்தும் செய்யும்.

அன்புடன்,
கௌரி முத்துகிருஷ்ணன்.

www.ingramcontent.com/pod-product-compliance
Ingram Content Group UK Ltd.
Pitfield, Milton Keynes, MK11 3LW, UK
UKHW040227290926
15471UKWH00001B/28

9 798886 843958